Impressum
Verlag: BABADADA GmbH, Nedderfeld 112 , 22529 Hamburg
Geschäftsführer / Verlagsleitung: Harald Hof
Druck: Books on Demand GmbH, In de Tarpen 42, 22848 Norderstedt

Imprint
Publisher: BABADADA GmbH, Nedderfeld 112 , 22529 Hamburg, Germany
Managing Director / Publishing direction: Harald Hof
Print: Books on Demand GmbH, In de Tarpen 42, 22848 Norderstedt, Germany

# ቤት-ትምህርቲ

## ትምህርት ቤት

መቀለ
ማካፈል

186/2

ሰሌዳ
ሰሌዳ

ክፍሊ ክላስ
መማሪያ ክፍል

ቀጽሪ ቤት-ትምህርቲ
የትምህርት ቤት ቅጥር ግቢ

መምህር
መምህር

ወረቐት
ወረቀት

ጸሓፊ
መፃፍ

መጽሓፊ
እስክሪብቶ

ጣውላ ምጽሓፍ
መፃፊያ ጠረጴዛ

መስመር
ማስመሪያ

መጽሓፍ
መጽሐፍ

ተመሃራይ
ተማሪ

ሳንጣ ትምህርቲ
..................
የጀርባ ቦርሳ

ሰፈር ብርዒ
..................
የእርሳስ መያዣ

ርሳስ
..................
እርሳስ

መብልሒ ርሳስ
..................
የእርሳስ መቅረጫ

መደምሰሲ
..................
ላጲስ

ጥራዝ ስእሊ
..................
የስዕል ደብተር

ስእሊ

ስዕል

ብርዒ ቀለም

የቀለም ብሩሽ

ቦክስ ቀለም

የቀለም ሳጥን

መቑስ

መቀስ

መጣበቒ

ማጣበቂያ

ጥራዝ መላመዲ

መልመጃ ደብተር

ዕዮ ገዛ

የቤት ስራ

ቁጽሪ

ቁጥር

ወሰኽ

መደመር

ጎደለ

መቀነስ

ረብሐ

ማባዛት

ደመረ

ቁጥሮችን ማስላት

ፊደል

ደብዳቤ

ስርዓት ፊደላት

ፊደላት

ቃል

ቃል

ጽሑፍ
..................
ፅሑፍ

ኣንበበ
..................
ማንበብ

ኩርሽ
..................
ጠመኔ

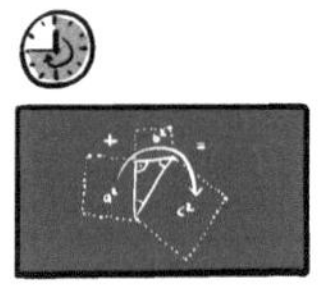

ሰዓት
..................
ትምህርት

መዝገብ ክላስ
..................
ምዝገባ

መርመራ
..................
ፈተና

ሰርቲፊከት
..................
ሰርተፊኬት

ድቢዛ ቤትትምህርቲ
..................
የትምህርት ቤት የደንብ ልብስ

ትምህርቲ
..................
ትምህርት

ለክሲኮን
..................
አዉደ ጥበብ

ዩኒቨርሲቲ
..................
ዩኒቨርስቲ

ሚክሮስኮፕ
..................
የምርምር አጉሊ መሳርያ

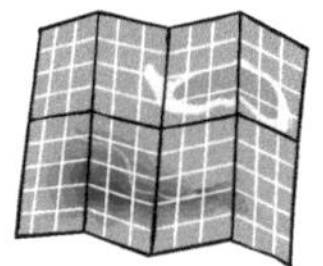

ካርታ
..................
ካርታ

ጎሓፍ ወረቐት
..................
የቆሻሻ ወረቀት መጣያ ቅርጫት

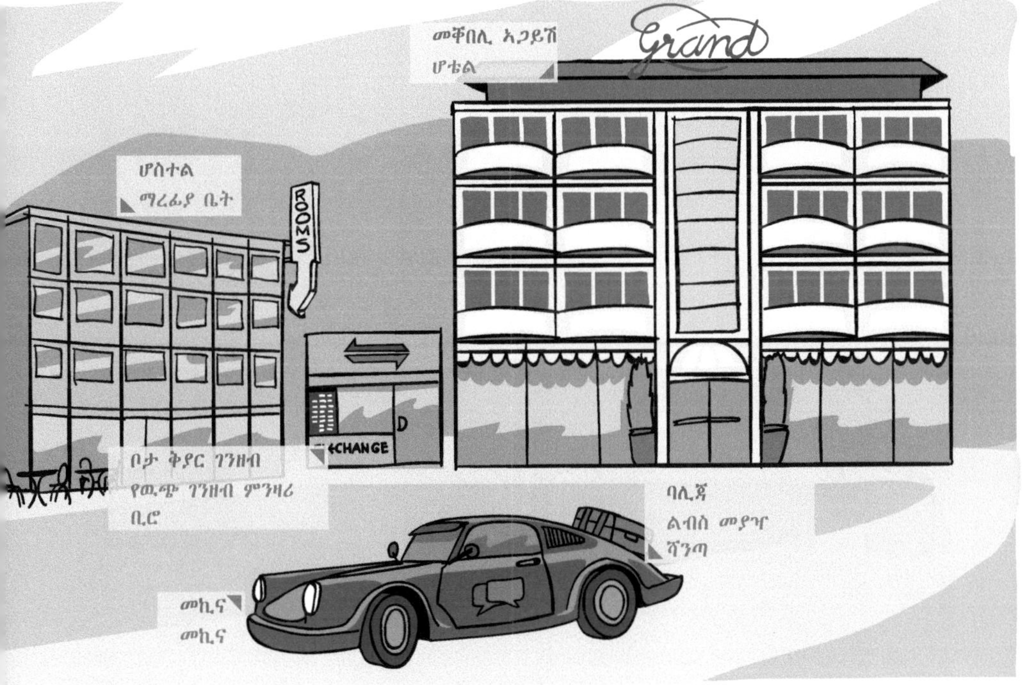

መቐበሊ ኣጋይሽ
ሆቴል
Grand
ሆስተል
ማረፊያ ቤት
ROOMS
EXCHANGE
ቦታ ቅያር ገንዘብ
የዉጭ ገንዘብ ምንዛሪ
ቢሮ
ባሊጃ
ልብስ መያዣ
ሻንጣ
መኪና
መኪና

ቋንቋ

ቋንቋ

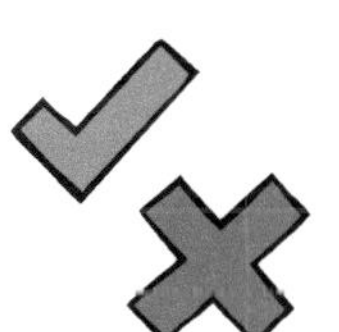

እወ / ኖ

አዎ/ አይደለም

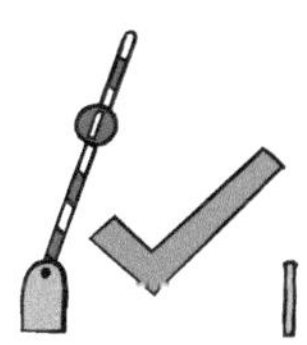

ሕራይ

እሺ

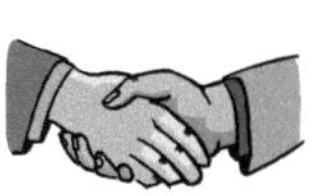

ሰላም

ሰላም

ኣስተርጓሚ

አስተርጓሚ

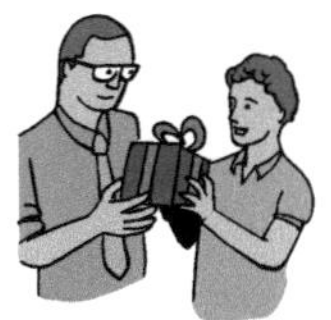

የቐንየለይ

አመሰግናለሁ

. . . ክንደይ ዋግኡ?

..................

ስንት ነዉ.......?

ኣይተረድኣኹን

..................

አልገባኝም

ሽግር

..................

እክል

ሰላም ምሸት!

..................

እንደምን አመሹ!

ከመይ ሓዲርካ

..................

እንደምን አደሩ!

ሰላም ለይቲ

..................

መልካም ምሽት!

ደሓን ኩን

..................

ደህና ይሰንብቱ

ኣንፈት

..................

አቅጣጫ

ጉዓዝ

..................

ሻንጣ

ሳንጣ

..................

ቦርሳ

ሳንጣ ሕቖ

..................

የጀርባ ቦርሳ

ጋሻ

..................

እንግዳ

ክፍሊ

..................

ክፍል

ክሻ መደቀሲ

..................

የመተኛ ቦርሳ

ቴንዳ

..................

ድንኳን

ሓበሬታ በጻሕቲ ሃገር

..................

የጎብኚዎች መረጃ

ገምገም ባሕሪ

..................

የባህር ዳርቻ

ክረዲት ካርድ

..................

ክሬዲት ካርድ

ቁርሲ

..................

ቁርስ

ምሳሕ

..................

ምሳ

ድራር

..................

እራት

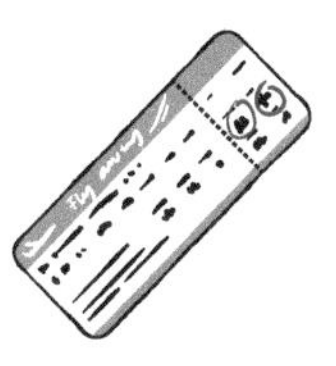

ቲከት

..................

ቲኬት

ሊፍት

..................

አሳንሰር

ማሕተም ደብዳበ

..................

ማህተም

ዶብ

..................

ድንበር

ድንና

..................

ባህሎች

ኣምበሲ

..................

ኤምባሲ

ቪዛ

..................

ቪዛ/የይለፍ ወረቀት

ፓስፖርት

..................

ፓስፖርት

# መጓዓዝያ

## መጓጓዣ

ነፋሪት
አዉሮፕላን

መርከብ
መርከብ

መኪና መጥፍኢ ሓዊ
የእሳት አደጋ መኪና

ናይ ጽዕነት መኪና
የጭነት መኪና

አውቶቡስ
አዉቶብስ

ጃልባ ሞቶር
የሞተር ጀልባ

መኪና
መኪና

ብሽግለታ
ብስክሌት

ፈሪ

የማመላለሻ ጀልባ

ጃልባ

ጀልባ

ሞቶ

የሞተር ብስክሌት

መኪና ፖሊስ

የፖሊስ መኪና

መኪና ቅድድም

የዉድድር መኪና

ክራይ መኪና

የኪራይ መኪና

ምውፋይ መካይን

የመኪና መጋራት

መወሰዲ መኪና

ጎታች መኪና

መኪና ጎሓፍ

የቆሻሻ ጭነት መኪና

ሞቶር

ሞተር

ነዳዲ

ነዳጅ

እንዳ ነዳዲ

የቤንዚን ማደያ

ምልክት ትራፊክ

የመንገድ ምልክት

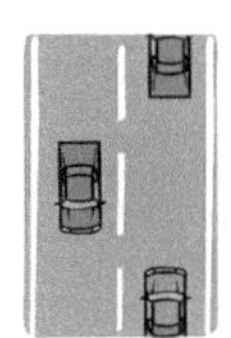

ትራፊክ

የመኪኖች እንቅስቃሴ

ምጭቕጫቕ ትራፊክ

የመኪና መጨናነቅ

መዐሸጊ መኪና

የመኪና ማቆሚያ

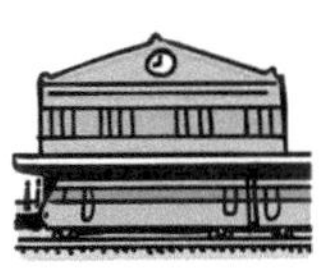

መዕረፊ ባቡር

የባቡር ጣቢያ

ሓዲግ

የባቡር ሀዲዶች

ባቡር

ባቡር

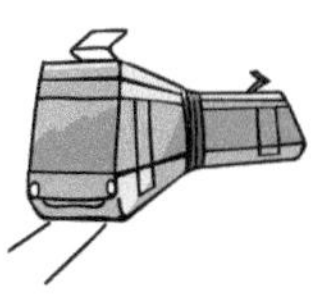

ትረም

የኤሌክትሪክ ባቡር

ባጎኒ

ሰረገላ

ሄሊኮፕተር

ሄሊኮፕተር

መዓረፎ ነፈርቲ

አየር ማረፊያ

ታወር

ማማ

ተጐዓዚ

መንገደኛ

ኮንተይነር

ማስቀመጫ፤ ማጠራቀሚያ

ሳንዱቕ ካርቶን

ካርቶን እቃ ማሸጊያ

ኮርሳ ጽዕነት

ጋሪ፤ ተሳቢ

ዘንቢል

ቅርጫት

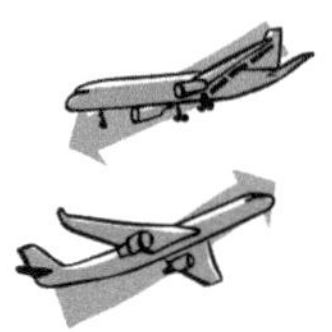

ተበገሰ / ዓለበ

መነሳት/ ማረፍ

# ከተማ

# ከተማ

ቍሸት

መንደር

ማእከል ከተማ

የከተማ ማዕከል

ገዛ

ቤት

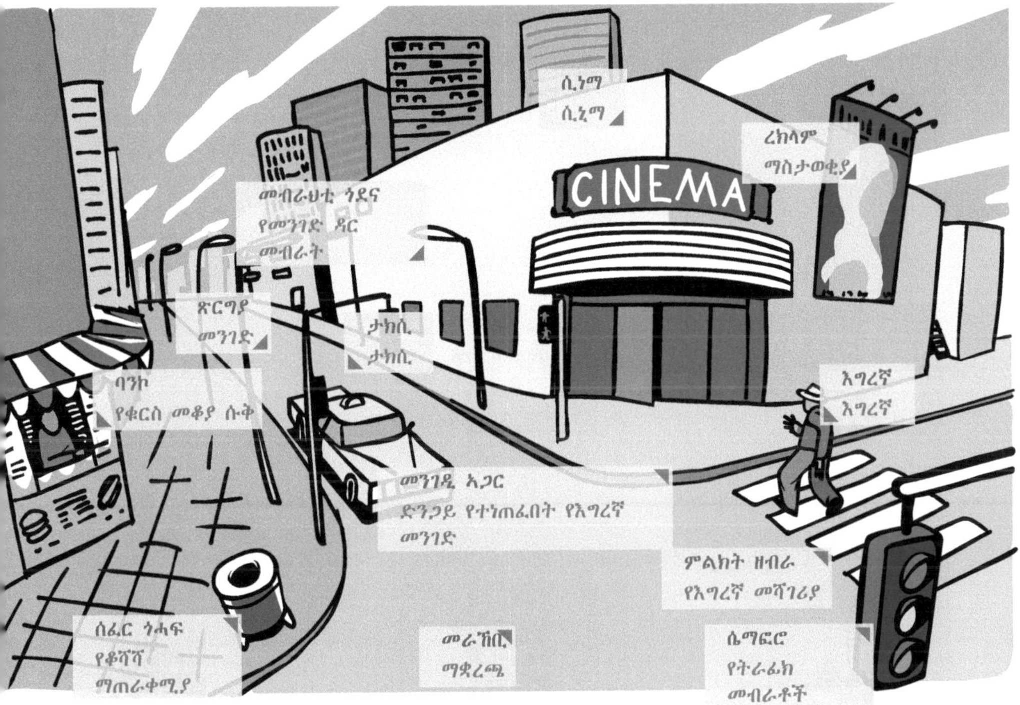

CINEMA
ሲነማ
ሲኒማ
ረክላም
ማስታወቂያ
መብራህቲ ጎደና
የመንገድ ዳር
መብራት
ጽርግያ
መንገድ
ታክሲ
ታክሲ
ባንኮ
የቁርስ መቆያ ሱቅ
እግረኛ
እግረኛ
መንገዲ ኣጋር
ድንጋይ የተነጠፈበት የእግረኛ
መንገድ
ምልክት ዘብራ
የእግረኛ መሻገሪያ
ሰፈር ጎሓፍ
የቆሻሻ
ማጠራቀሚያ
መራኸቢ
ማቋረጫ
ሴማፎሮ
የትራፊክ
መብራቶች

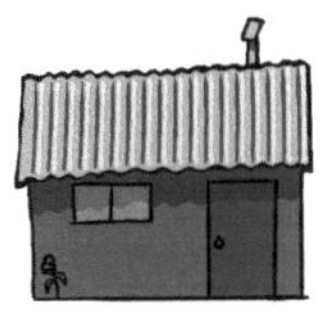

ኣጉዶ

ጎጆ

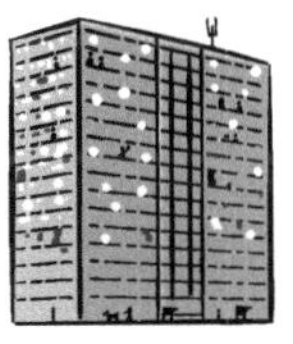

ኣፓርትመንት

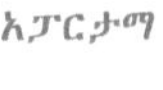

አፓርታማ

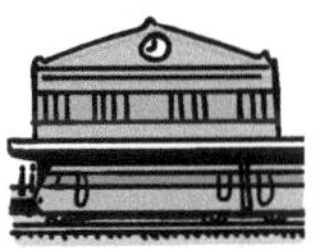

መዕረፊ ባቡር

የባቡር ጣቢያ

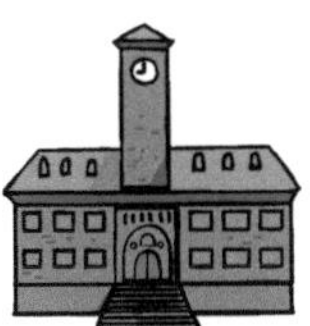

ቤት ምምሕዳር

የከተማ አዳራሽ

MUSEUM

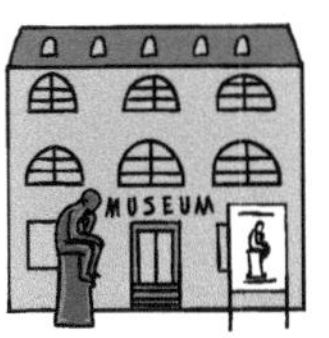

ቤተ መዘክር

ቤተ መዘክር

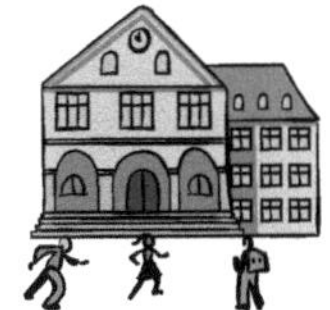

ቤት-ትምህርቲ

ትምህርት ቤት

ዩኒቨርሲቲ

ዩኒቨርስቲ

ባንክ

ባንክ

ሆስፒታል

ሆስፒታል

መቐበሊ ኣጋይሽ

ሆቴል

ቤት መድሃኒት

መድሐኒት ቤት

ቤት ጽሕፈት

ቢሮ

ዱኳን መጽሓፍቲ

መፅሐፍ መሸጫ

ዱኳን

ሱቅ

ዱኳን ዕንባባ

የአበባ መሸጫ

ሱፐርማርክት

የሸቀጣ ሸቀጥ መደብር

ዕዳጋ

ገበያ ስፍራ

ሹቕ

መደብር

ነጋዳይ ዓሳ

የዓሳ ነጋዴ

ሹቕ

የገበያ ማዕከል

መርሳ

ወደብ

መዘናግዒ

.................

መናፈሻ ቦታ

ባንኪ

.................

አግዳሚ ወንበር

ድልድል

.................

ድልድይ

መደያይቦ

.................

ደረጃዎች

ባቡር ትሕቲ ምድሪ

.................

ዉስጥ ለዉስጥ

ቢንቶ

.................

ዋሻ

መዕረፊ አውቶቡስ

.................

የአዉቶቡስ ፌርማታ

ቤት መስተ

.................

ባር

ቤት-መግቢ

.................

ምግብ ቤት

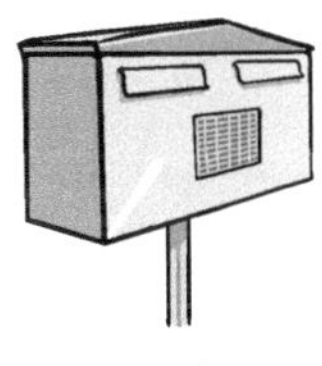

ሰታፊት

.................

የፖስታ ሳጥን

ታቤላ

.................

የመንገድ ምልክት

ሰዓት ፓርኪንግ

.................

የመኪና ማቆሚያ ሒሳብ የሚያሰላ ማሽን

መካነ እንስሳታት

.................

የደር እንስሳት ማቆያ

መሓምበሲ

.................

የመዋኛ ገንዳ

መስጊድ

.................

መስጊድ

ቤት ሕርሻ

እርሻ

ብከላ

የሚበክል ነገር

መቓብር

መቃብር ስፍራ

ቤተክርስትያን

ቤተ ክርስቲያን

ቦታ ምጽዋት

መጫወቻ ሜዳ

ቤት መቕደስ

ቤተ መቅደስ

# ስእሊ መሬት

## መልከዓምድር

ኣቑጽልቲ
ቅጠል

መሕበሪ መገዲ
የመንገድ ላይ ምልክት

መገዲ
መንገድ

ሸኻ
አረንጓዴ መስክ

እምኒ
ድንጋይ

ኮብላሊ
በእግሩ የሚጓዝ

ኣግራብ
ዛፍ

ፈለግ
ወንዝ

ሰዓሪ
ሳር

ዕንባባ
አበባ

ስንጭሮ

ሸለቆ

ጎቦ

ኮረብታ

ቀላይ

ሀይቅ

ዱር

ጫካ

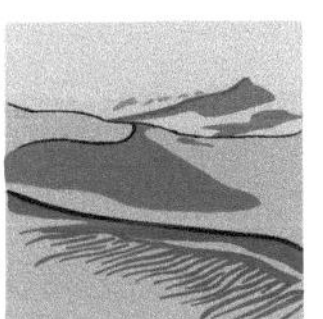

ምድረ በዳ

በረሃ

እሳተ-ጎመራ

እሳተ ገሞራ

ግምቢ

ግምብ

ቀስተ-ደመና

ቀስተ ዳመና

ቃንጥሻ

እንጉዳይ

ዓርኮብኮባይ

የቴምብር ዛፍ/ ዘንባባ

ጣንጡ

ቢንቢ/ የወባ ትንኝ

ሃመማ

በራሪ

ጻጸ

ጉንዳን

ንህቢ

ንብ

ሳሬት

ሸረሪት

ሕንዚዝ

ጢንዚዛ

ዕንቅርዖብ

እንቁራሪት

ምጽጹላይ

ሽኮኮ

ቅንፍዝ

ጃርት

ማንቲለ

ጥንቸል

ጉንጓ

ጉጉት ወፍ

ጭሩ

ወፍ

ስዋን

የዉሃ ዳክዬ

መፍለስ

ከርከሮ

ዓጋዘን

አጋዘን

ሙስ

አጋዘን

ግድብ

ግድብ

ተርባይን ንፋስ

በነፋስ የሚሽከረከር

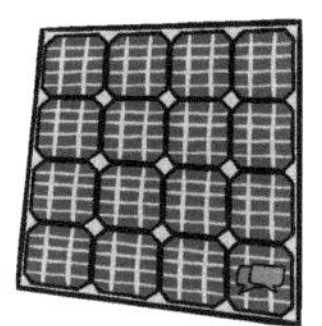

ሶላር ስርሓት

የፀሀይ ፓኔሎ

ኩነታት አየር

አየር ንብረት

# ቤት-መግቢ

## ምግብ ቤት

አሰላፊ
አስተናጋጅ

ካርታ መግብታት
ማዉጫ

መንበር
ወንበር

መረቕ
ሾርባ

ፒትሳ
ፒዛ

መመታተሪ
መክተፊያ

ክዳን ጣውላ
የጠረጴዛ ጨርቅ

ቅድመ ቀንዲ መግቢ
..................
የምግብ ፍላጎትን የሚከፍት ምግብ

ቀንዲ መኣዲ
..................
ዋና ምግብ

ድሕረ መግቢ
..................
ማጣጣሚያ ተከታይ ምግብ

መስተ
..................
መጠጦች

መግቢ
..................
ምግብ

ጥርሙዝ
..................
ጠርሙስ

ስሉጥ መግቢ

ፈጣን ምግብ

መግቢ ጽርግያ

የመንገድ ምግብ

ብርጭቆ ሻሂ

የሻይ ማንቆርቆሪያ

ታኒካ ሽኮር

የስኳር እቃ

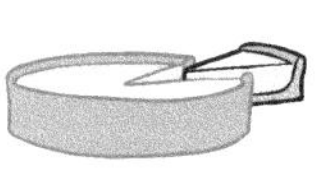

ክፋል

ድርሻ

ማሺን ኤስፕረሶ

የቡና ማፊያ ማሽን

ነዊሕ መንበር

ባለጌ ወንበር

ጸብጻብ

የክፍያ ደረሰኝ

ታብለት

ትሪ

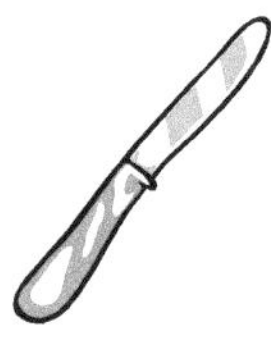

ካራ

ቢላዋ

ፉርከታ

ሹካ

ማንካ

ማንኪያ

ማንካ ሻሂ

የሻይ ማንኪያ

ሰርቬየተ

ልብስ ምግብ እንዳይነካ የሚረዳ ጨርቅ

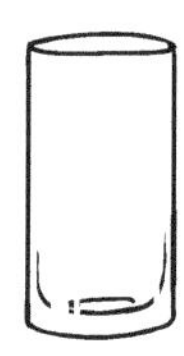

ብኬሪ

ብርጭቆ

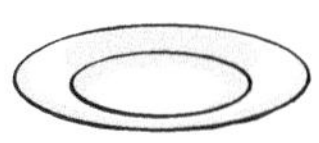

ሸሓኒ

ዝርግ ሰሀን

ሸሓኒ መረቕ

የሾርባ ጎድጓዳ ሰሀን

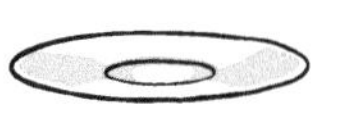

ትሕቲ ኩባያ

የስኒ ማስቀመጫ

ጸብሒ

ማጣፈጫ ስጎ

ወሃቢ ጨው

የጨዉ እቃ

መጥሓን በርበረ

የተፈጨ ቃሪያ

ኣቸቶ

ኮምጣጤ

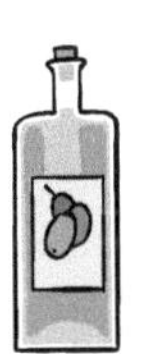

ዘይቲ

የምግብ ዘይት

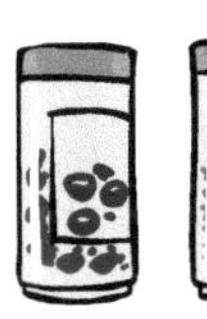

ቀመም

ቀመማ ቅመሞች

ከቹፕ

የቲማቲም ድልህ

ኣድሪ

ሰናፍጭ

ማዮኒዝ

ማዮኒዝ

# ሱፐርማርክት

## የሸቀጣ ሸቀጥ መደብር

ወፈያ
ልዩ አቅራቦት
FOR
ዓሚል
ደምበኛ
ፍርያታት ጸባ
የወተት ተዋፅዖ
ፍረታት
ፍራፍሬ
ሰረገላ ዱኳን
ባለ ጎማ የእጅ ጋሪ

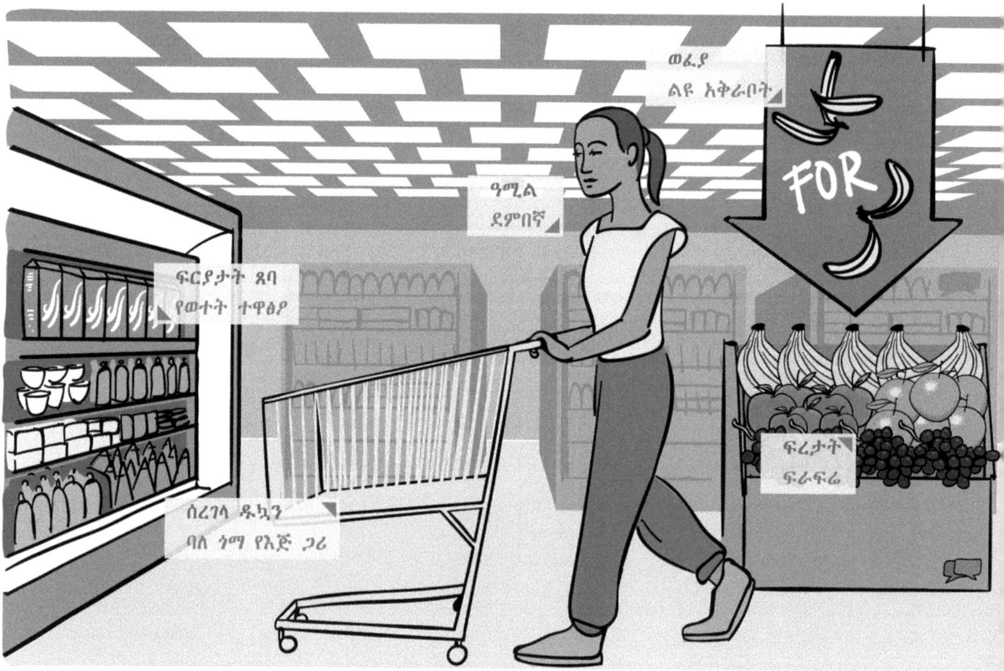

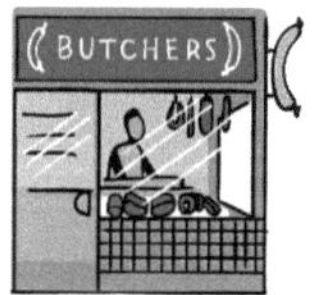

BUTCHERS

እንዳ ስጋ

ሉካንዳ ነጋዴ

BAKERY

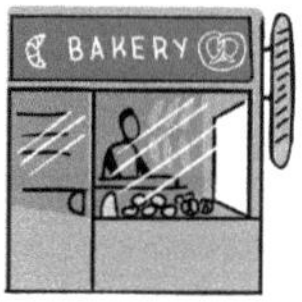

እንዳ ባኒ

መጋገርያ

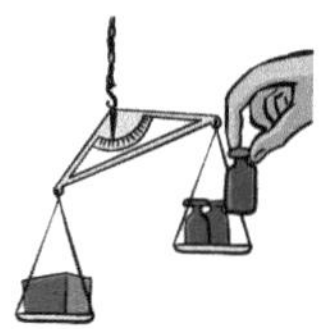

ክብደት

ክብደት መመዘን

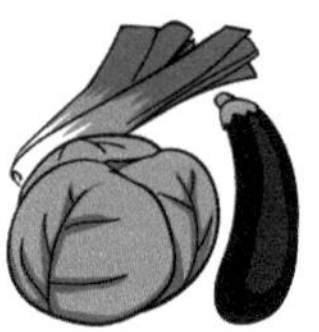

ኣሕምልቲ

ቅጠላ ቅጠል አትክልት

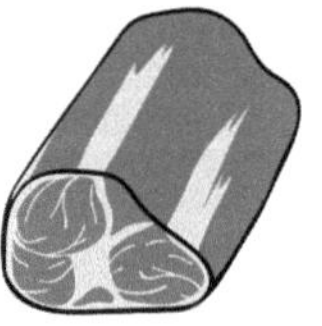

ስጋ

ስጋ

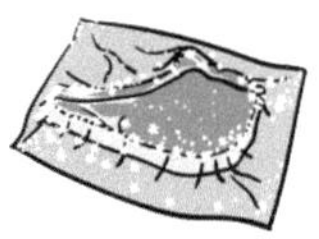

መግቢ ፍሪጅ በረድ

የቀዘቀዘ/የረጋ ምግብ

ዝሑል ቅሩብ መግቢ

ቀዝቃዛ ቁራጭ

እስቃጥላ

የታሸገ ምግብ

ኦሞ

የማጠቢያ ዱቄት

ምቁር መግቢ

ጣፋጮች

ዘቤታውያን ኣቕሑ

የቤት ዉስጥ ዉጤቶች

ናውቲ መጽረዪ

የፅዳት ምርቶች

ሸቃጣይ

የሽያጭ ባለሙያ

ካሳ

የገንዘብ መመዝገቢያ ማሽን

ተሓዝ ገንዘብ

የሒሳብ ሰራተኛ

ዝርዝር ምግዛእ

የግዢ ዝርዝር

ክፉት ሰዓታት

ክፍት ሰዓታት

ማሕፉዳ

የኪስ ቦርሳ

ክረዲት ካርድ

ክሬዲት ካርድ

ሳንጣ

ቦርሳ

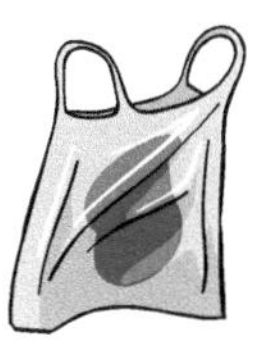

ፌስታል

የፕላስቲክ ቦርሳ

# መስተ

## መጠጦች

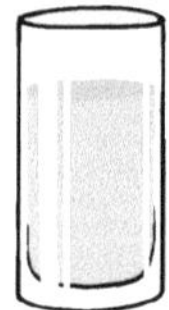

ማይ

....................

ዉሃ

ጽማቕ

....................

ጭማቂ

ጸባ

....................

ወተት

ኮላ

....................

ኮካ-ኮላ

ነቢት

....................

ወይን

ቢራ

....................

ቢራ

ኣልኮል

....................

አልኮል

ካካው

....................

ኮካ

ሻሂ

....................

ሻይ

ቡን

....................

ቡና

ኤስፕረሶ

....................

የተፈላ ቡና

ካፑቺኖ

....................

ካፕቺኖ

ባናና
..................
ሙዝ

ቱፋሕ
..................
ፖም

ኣራንሺ
..................
ብርቱካን

ብርጭቕ
..................
ሀብሀብ

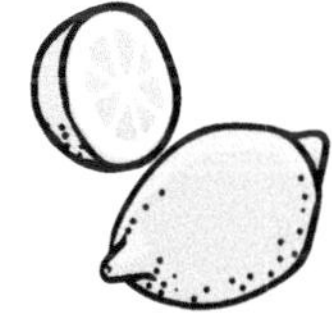

ለሚን
..................
ሎሚ

ካሮት
..................
ካሮት

ጻዕዳ ሽጉርቲ
..................
ነጭ ሽንኩርት

ባምቡስ
..................
ሸምበቆ

ሽጉርቲ
..................
ቀይ ሽንኩርት

ቅንጥሻ
..................
እንጉዳይ

ፉል
..................
ለዉዝ

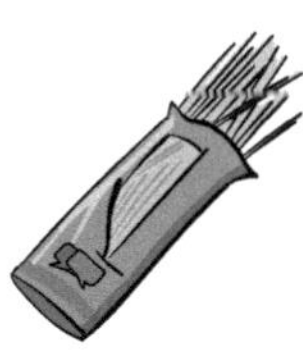

ፓስታ
..................
የህፃናት ምግብ

ስፓገቲ
..................
ፓስታ

ሩዝ
..................
ሩዝ

ሰላጣ
..................
ሰላጣ

ቅልዋ ድንሽ
..................
የድንች ጥብስ

ቅሉው ድንሽ
..................
ድንች ጥብስ

ፒትሳ
..................
ፒዛ

ሃምቡርገር
..................
ዳቦ ዉስጥ በስሱ ተጠብሶ የገባ ስጋ

ፓኒኖ
..................
ሳንድዊች

ቢስተካ
..................
ጥሬ ስጋ

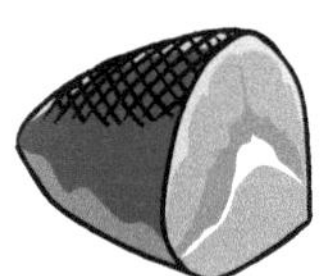

ሰለፍ ሓሰማ
..................
የአሳማ ስጋ

ሳላሚ
..................
በቅመምና በጨዉ የታሸ ምግብ ቀዝቅዞ የሚበላ ሾርባ ምግብ

ግዕዝም
..................
ቋሊማ

ደርሆ
..................
ዶሮ

ቀለወ
..................
ጥብስ

ዓሳ
..................
አሳ

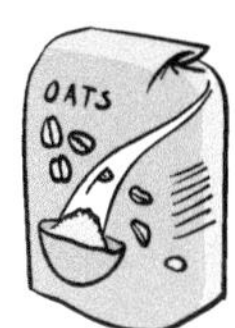


ገዓት

የአጃ ገንፎ

ሙስሊ

ከወተት ጋር ተደባልቀዉ የሚበሉ ምግቦች

ኮርንፍለይክስ

የበቆሎ ቅርፊት

ሓርጭ

ዱቄት

ክሮሶን

ኩራሳ

ባኒ

ድብልብል ዳቦ

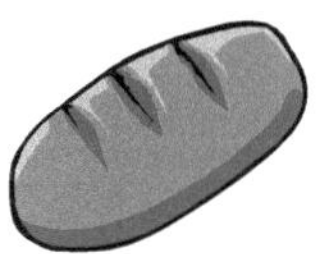

ባኒ

ዳቦ

ቶስት

መጥበስ

ብሽኮቲ

ብስኩት

ጠስሚ

ቅቤ

ርግኦ

እርጎ

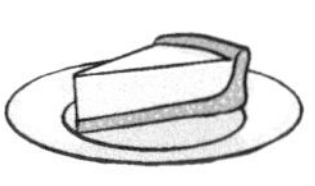

ፓስተ

ኬክ

እንቋቑሖ

እንቁላል

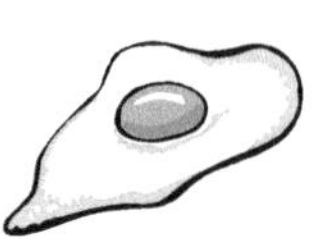

ቅሉው እንቋቑሖ

እንቁላል ጥብስ

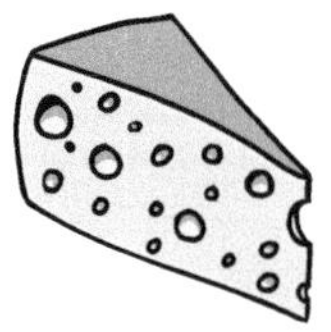

ፋርማጆ

አይብ

አይስ ክሪም

..................

የበረዶ ክሬም

ሽኮር

..................

ስኳር

መዓር

..................

ማር

ጀም

..................

ማርማላት

ኑጋት-ክረም

..................

የተናጠ የወተት ክሬም

ኩሪ

..................

ማጣፈጫ

# ቤት ሕርሻ

## እርሻ

ቤት ሕርሻ
የገበሬ ቤት

መኽዘን
የእህልና የከብት ማቀመጫ ቤት

ሓሰር ቦንዳ
የጭድ ክምር

ግራት
ሜዳ

ፈረስ
ፈረስ

ተስሓቢ
ተሳቢ መኪና

ዒሉ
የፈረስ ውርንጭላ

ትራክተር
የእርሻ መኪና

ኣድጊ
አህያ

በጊዕ
በግ

ዕየት
የበግ ጠቦት

ጤል
..................
ፍየል

ብዕራይ
..................
ላም

ምራኽ
..................
ጥጃ

ሓሰማ
..................
አሳማ

ውላድ ሓሰማ
..................
ግልገል አሳማ

ኣርሓ
..................
ኮርማ

ዓዓ

..................

ዝይ

ማይ ደርሆ

..................

ዳክዬ

ጫቑት

..................

የዶሮ ጫጩት

ደርሆ

..................

ዶር

ኣርሓ ደርሆ

..................

አዉራ ዶሮ

ኣንጨዋ ዓባይ

..................

አይጥ

ድሙ

..................

ደድመት

ኣንጭዋ

..................

አይጥ

ብዕራይ

..................

በሬ

ከልቢ

..................

ዉሻ

ኣጉዶ ከልቢ

..................

የዉሻ ቤት

ቱባ ጀርዲን

..................

የአትክልት ቦታ

መዝፈፊ ማይ

..................

ዉሃ ማጠጫ ባልዲ

ዓቢ ማዕጺድ

..................

ረጅም ማጭድ

ማሕረሻ

..................

ማረሻ

ማዕጺድ

ማጭድ

ጭኽሮ

መኮትኮቻ

መስአ

የእህል መንሽ

ፋስ

መጥረቢያ

ዓረብያ ኢድ

ኩርኩር/ የእጅ ጋሪ

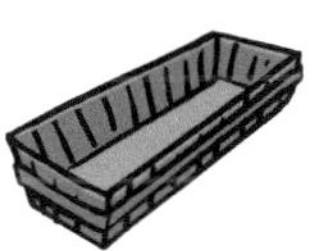

ጋብላ

ገንዳ

ብርጭቆ ጸባ

የወተት ዕቃ

ክሻ

ጆንያ ከረጢት

ሓጹር

አጥር

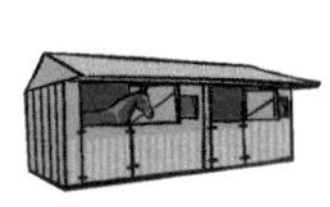

መጓሰስ

የፈረስ ጋጣ

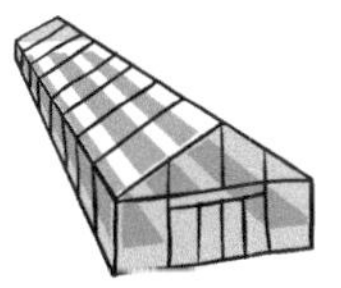

ቐጠልያ ገዛ

ዕፅዋት ማሳደጊያ የመስታዉት ቤት

ባይታ

አፈር

ዘርኢ

ዘር

ድኹዒ

የመሬት ማዳበሪያ

ዘጣምር ቀውዓይ

ጥምር ማረሻ

ቀውዐ

..................

አዝመራ መሰብሰብ

ጻማ

..................

አዝመራ

ድንሽ ያም

..................

ድንች

ስርናይ

..................

ስንዴ

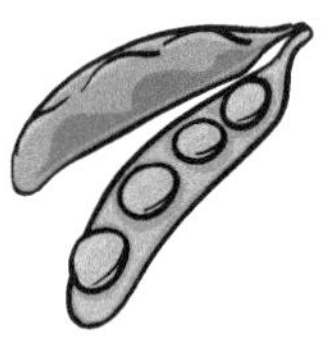

ሶያ

..................

ሶያ

ድንሽ

..................

ድንች

ዕፉን

..................

በቆሎ

ራፕስ

..................

የከብት መኖ

ገረብ ፍረታት

..................

የፍሬ ዛፍ

ማኒኦክ

..................

የካሳቫ ዛፍ

ኣእኻል

..................

እህል

# ገዛ

# ቤት

መውጽእ ትኪ

የጪስ ማዉጫ

ናሕሲ

ጣራ

መውሓዝ ዝናብ

አሸንዳ

መስኮት

መስኮት

ጋራጅ

ጋራዥ

ጭር

መበሊት

የበር ደወል

ማዕጾ

በር

ጎሓፍ መገለል

የቀቆሻሻ ማጠራቀሚያ

ቦክስ ደብዳበ

ፖስታ ሳጥን

ጀርዲን

የአትክልት ቦታ

ክፍሊ ምቕማጥ

ሳሎን

ክፍሊ ባንዮ

መታጠቢያ ቤት

ክሽነ

ማድቤት

ክፍሊ መደቀሲ

መኝታ ቤት

ክፍሊ ቆልዑ

የልጅ ክፍል

መመገቢ ክፍሊ

መመገቢያ ክፍል

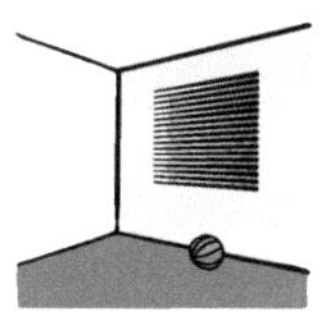

ባይታ

.................

ወለል

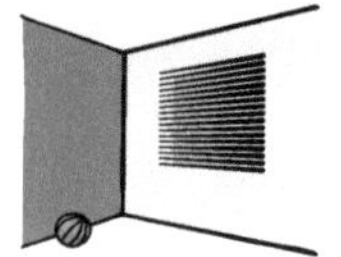

መንደቕ

.................

ግድግዳ

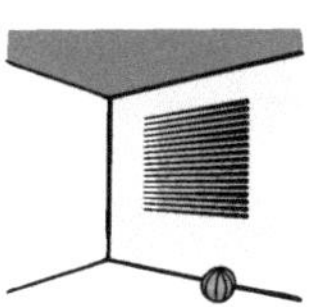

ከቦርታ

.................

ጣሪያ

ካንቲና

.................

ምድር ቤት

ሳውና

.................

በእንፋሎት ሙቀት መታጠቢያ ቤት

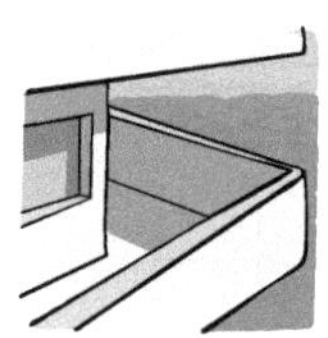

ባልኮን

.................

ሰገነት

ዛላ

.................

ከፍ ያለ መደብ

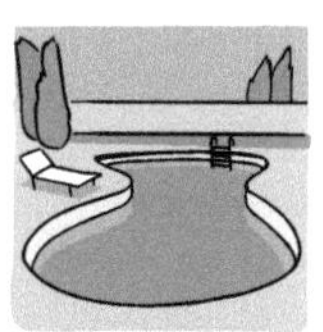

መሕምበሲ

.................

የመዋኛ ገንዳ

መቑረጺ ሳዕሪ

.................

የማጨጃ መኪና

ኣንሶላ ዓራት

.................

አንሶላ

ከቦርታ ዓራት

.................

የአልጋ ልብስ

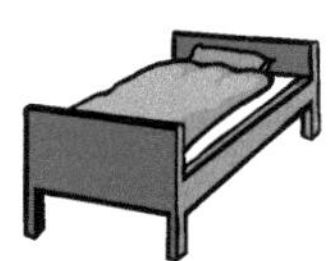

ዓራት

.................

አልጋ

መኽስተር

.................

መጥረጊያ

መገለል

.................

ባልዲ

መወልዒት

.................

ማብሪያና ማጥፊያ

# ክፍሊ ምቕማጥ

## ሳሎን

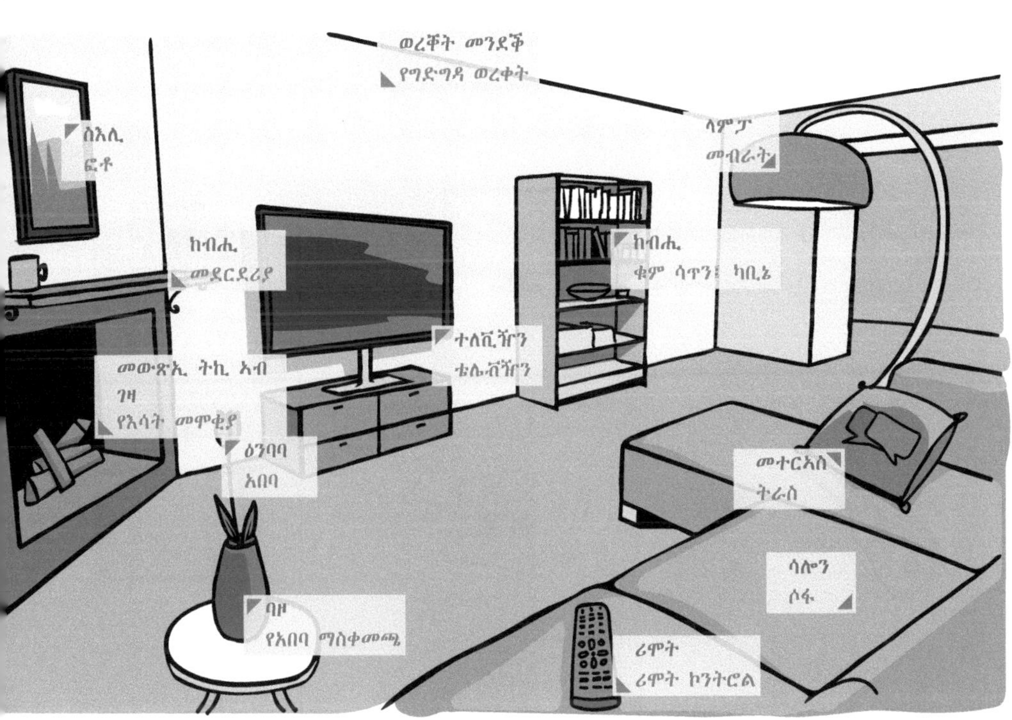

ወረቐት መንደቕ
የግድግዳ ወረቀት

ስእሊ
ፎቶ

ላምፓ
መብራት

ክብሒ
መደርደሪያ

ክብሒ
ቁም ሳጥን፤ ካቢኔ

ተለቪዥን
ቴሌቭዥን

መውጽኢ ትኪ ኣብ
ገዛ
የእሳት መሞቂያ

ዕንባባ
አበባ

መተርአስ
ትራስ

ሳሎን
ሶፋ

ባዞ
የአበባ ማስቀመጫ

ሪሞት
ሪሞት ኮንትሮል

መንጸፍ
.................
ንጣፍ

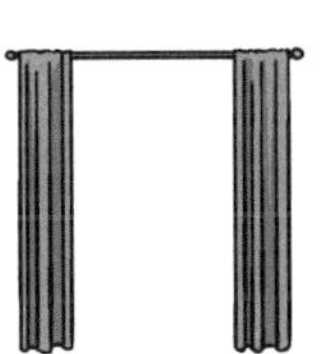

መጋረጃ
.................
መጋረጃ

ጣውላ
.................
ጠረጴዛ

መንበር
.................
ወንበር

ሰለል ዝብል መንበር
.................
ተወዛዋዥ ወንበር

መንበር ምቹእ
.................
ባለመደገፊያ ወንበር

መጽሓፍ

መጽሐፍ

ከቦርታ

ብርድ ልብስ

ስልማት

ጌጥ

እንጨይቲ ሓዊ

ማገዶ

ፊልም

ፊልም

ስተረዮ

የሙዚቃ መማጫወቻ

መፍትሕ

ቁልፍ

ጋዜጣ

ጋዜጣ

ቕብኣ

ስዕል

ፖስተር

የተለጠፈ ማስታወቂያ እንደ ስዕል

ረድዮ

ራዲዮ

ጥራዝ

ማስታወሻ ደብተር

መልገሲ ደሮና

የአየር ማፅጃ ለምንጣፍ

በለስ

ቁልቋል

ሽምዓ

ሻማ

# ክሽነ

## ማድቤት

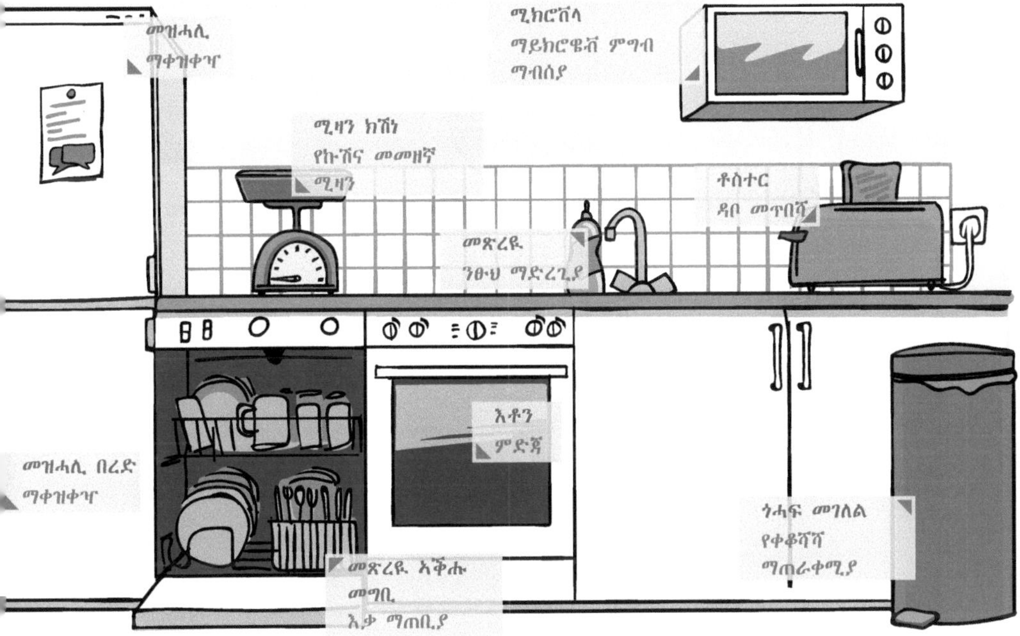

መዝሓሊ
ማቀዝቀዣ
ሚክሮቨላ
ማይክሮዌቭ ምግብ
ማብሰያ
ሚዛን ክሽነ
የኩሽና መመዘኛ
ሚዛን
ቶስተር
ዳቦ መጥበሻ
መጽረዪ
ንፁህ ማድረጊያ
እቶን
ምድጃ
መዝሓሊ በረድ
ማቀዝቀዣ
ጎሓፍ መገለል
የቆሻሻ
ማጠራቀሚያ
መጽረዪ ኣቕሑ
መግቢ
እቃ ማጠቢያ

መኽሸኒ

ምግብ አብሳይ

ድስቲ

ማሰሮ

ድስቲ ሓጺን

የብረት ማሰሮ

ሾክ/ካዳይ

ምግብ ማብሰያ ዝርግ ድስት

ባደላ

የምግብ መጥበሻ

መውዓዪ ማይ

ማንቆርቆሪያ

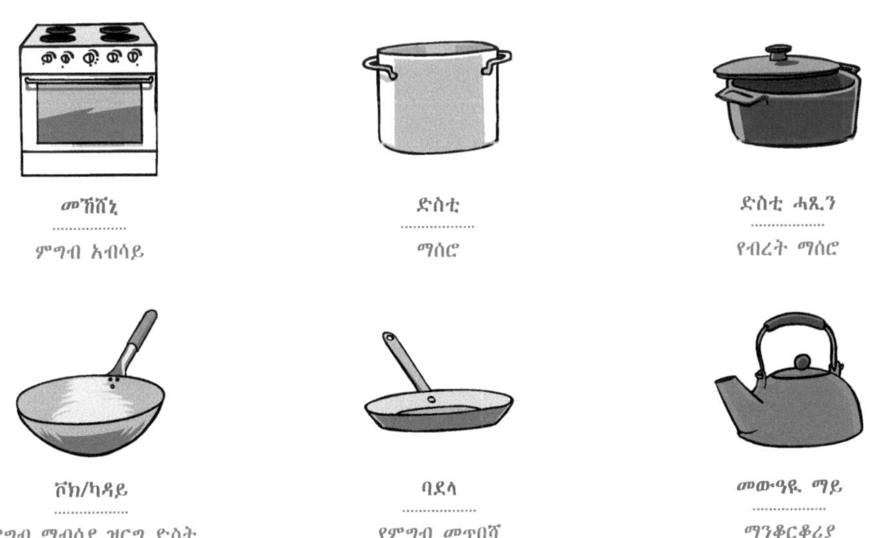

መፍልሒ

የእንፋሎት ማብሰያ

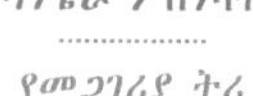

ኣንቴራ ምስንካት

የመጋገሪያ ትሪ

ኣቕሑ መግቢ

ሰብስቦች

ብርጭቆ

ትልቅ ኩባያ

ጭሖሎ

ጎድጓዳ ሳህን

ማንካቺና

ቾፕስቲክስ

ማንካ መረቕ

ጭልፋ

መገልበጢ ባደላ

መሰቅሰቂያ ዝርግ ማንኪያ

መኾስተር ውርጪ

ማደባለቂያ

መንፊት መግቢ

መወጠሪያ

መንፊት

ወንፊት

መፋሕፍሒ

መፈርፈሪያ መሳሪያ

ሞርታር

ሲሚንቶ

ባርቢክዩ

የፍም ጥብስ

ስፍራ ሓዊ

የተለቀቀ እሳት

እንጨይቲ ምምታር

መክተፊያ

እንጨይቲ ኰረር

ተንሸራታች መርፌ

መኽፈት ቡሽ

የጠርሙስ መክፈቻ

ታኒካ

ጣሳ

መኽፈቲ ታኒካ

የጣሳ መክፈቻ

ጨርቂ ድስቲ

የማሰሮ መሸፈኛ

ቡምባ

ሳህን ማጠቢያ

ኣስባስላ

ብሩሽ

ሰፍነግ

ስፖንጅ

ሓዋሲ ኣደባላቒ

መደባለቂያ መሳሪያ

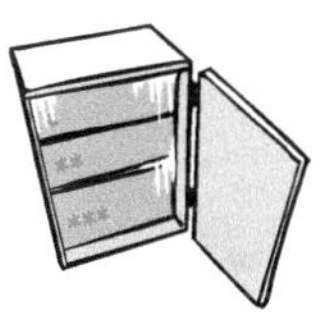

መዝሓሊ በረድ

በጣም ማቀዝቀዣ

ጥርሙዝ ማማይ

ጡጦ

ቡምባ ማይ

ቧንቧ

# ክፍሊ ባንዮ

## መታጠቢያ ቤት

መውዓዪ
ማሞቂያ

ሽጎማኖ
ፎጣ

መሕጸቢ ሻወር
መታጠቢያ

ሻወር መጋረጃ
የመታጠቢያ ቤት መጋረጃ

መሕጸቢ ዓፍራ
የአረፋ መታጠቢያ

ባንዮ መሕጸቢ
የመታጠቢያ ገንዳ

ብኬሪ
ብርጭቆ

ሓጻቢት
የልብስ ማጠቢያ

ቡምባ ማይ
ቧንቧ

ማቶነላ
ማዕዘን ወለል

ድስቲ
ፖፖ

ቡምባ
ሳህን ማጠቢያ

ሽቓቕ

ሽንት ቤት

ሽቓቕ ኮፍ

የሽንት ቤት መቀመጫ

በዴ

ሳፋ

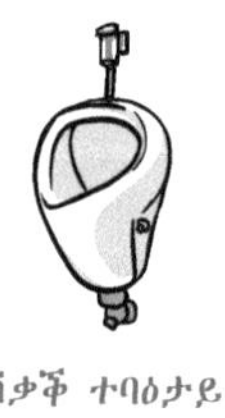

ሽቃቕ ተባዕታይ

የመንገድ ዳር መሽኛ

ወረቐት ሽቓቕ

የሽንት ቤት ወረቀት

ኣስባስላ ሽቓቕ

የሽንት ቤት ማፅጃ ብሩሽ

ኣስባስላ ስኒ

የጥርስ ብሩሽ

ክረማ ስኒ

የጥርስ ሳሙና

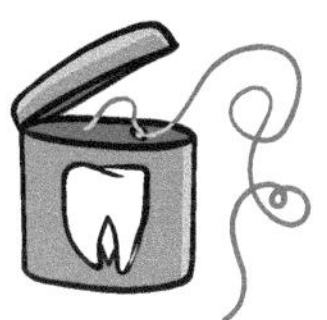

ሃሪ ስኒ

የጥርስ ማፅጃ ክር

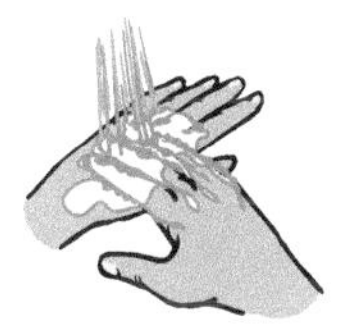

ሓጸበ

መታጠብ

ዱሽ ኢድ

የእጅ መታጠቢያ

ዱሽ

መታጠቢያ

ብርጭቆ ምሕጻብ

ጎድጓዳ ሳህን

ኣስባስላ ሕቖ

የጀርባ ብሩሽ

ሳምና

ሳሙና

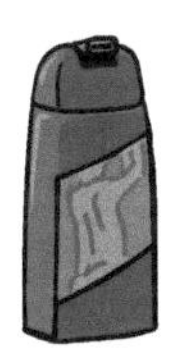

ሻወር ጀል

መታጠቢያ የሚዝለገለግ ሳሙና

ሻምፑ

የፀጉር መታጠቢያ ሳሙና

ጨርቂ መሕጸቢ

ለስላሳ ጨርቅ

መውሓዚ

ፍሳሽ

ክረማ

ክሬም

ደዮ ጨና

ጠረን መቀየሪያ ንጥረ ነገር

መስትያት
..................
መስታወት

ናይ ኢድ መስትያት
..................
የእጅ መስታወት

መላጸ
..................
ምላጭ

ዓፍራ ምልጻይ
..................
የመላጫ አረፋ

ጨና ድሕሪ ምልጻይ
..................
ከመላጨት በኋላ የሚቀባ ሽቱ

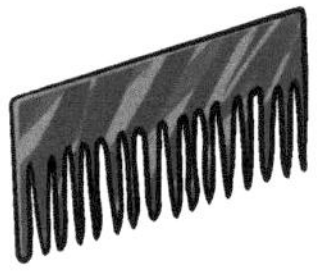

መመሸጥ
..................
ማበጠሪያ

ኣስባስላ
..................
ብሩሽ

መንቐጺ ጸጉሪ
..................
የፀጉር ማድረቂያ

ስፕረይ ጸግሪ
..................
በፀጉር ላይ የሚነፋ

መመላኽዒ
..................
የፊት መቀባቢያ

ብርዒ ቀለም ከንፈር
..................
የከንፈር ቀለም

ኣዝማልቶ
..................
የጥፍር ቀለም

ጸምሪ ጡጥ
..................
የጥጥ ሱፍ

መስደዲ ጽፍሪ
..................
ጥፍር መቁረጫ

ጨና
..................
ሽቶ

ሳንጣ መሕጸቢ

..................

ማጠቢያ ባልዲ

ድኳ

..................

መቀመጫ

ሚዛን

..................

ሚዛን

ክዳን መሕጸቢ

..................

የመታጠቢያ ልብስ

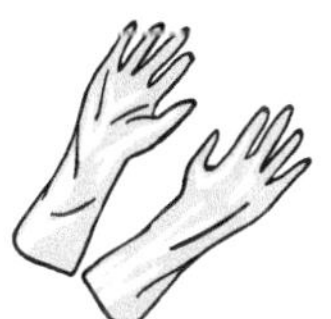

ጓንቲ መጸረዪ

..................

የላስቲክ ጓንት

ታምፖን

..................

ሞዴስ

ጨርቂ ሰበይቲ

..................

የፅዳት ፎጣ

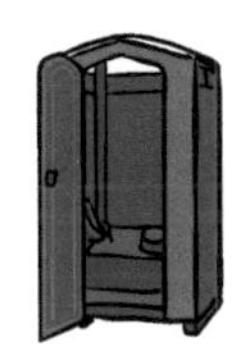

ሽቓቕ ከሚስትሪ

..................

የሽንት ቤት ኬሚካል

# ክፍሊ ቆልዑ

## የልጅ ክፍል

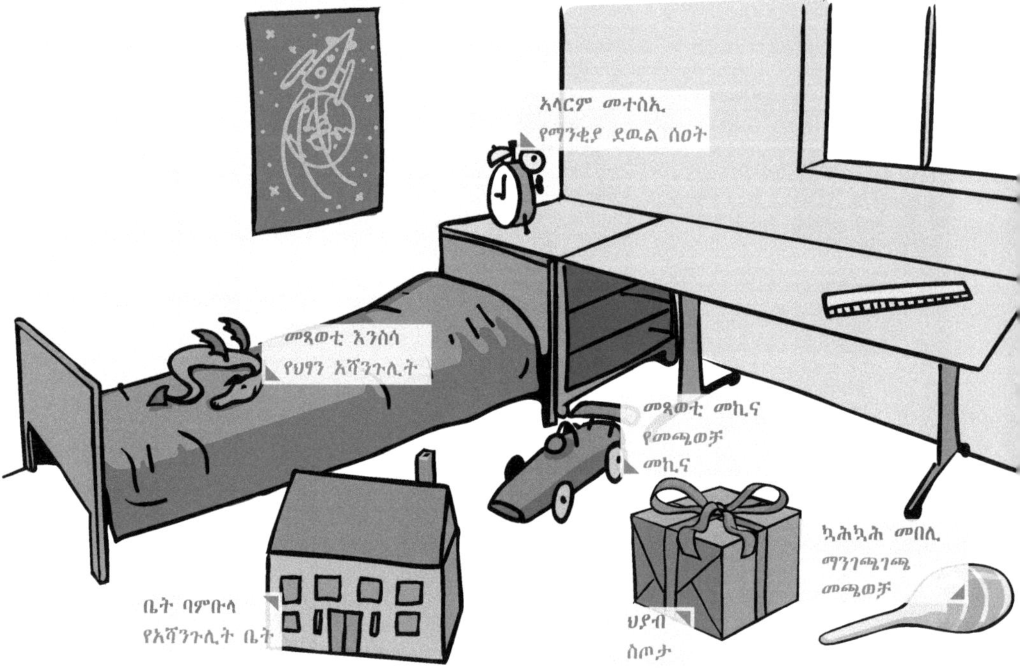

አላርም መተስኢ
የማንቂያ ደዉል ሰዐት
መጻወቲ እንስሳ
የህፃን አሻንጉሊት
መጻወቲ መኪና
የመጫወቻ
መኪና
ኳሕኳሕ መበሊ
ማንገጫገጫ
መጫወቻ
ቤት ባምቡላ
የአሻንጉሊት ቤት
ህያብ
ስጦታ


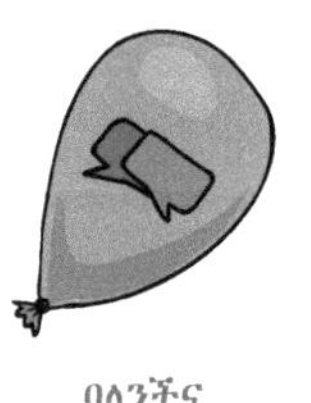

ባላንችና

...............

ፊኛ

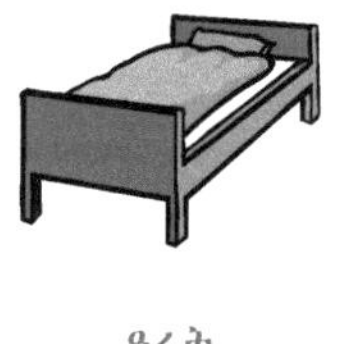

ዓራት

...............

አልጋ

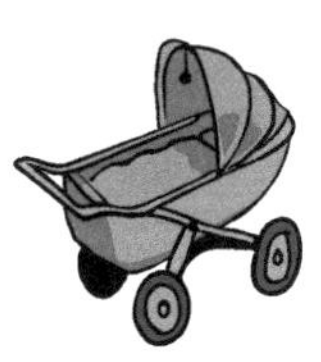

ሰረገላ ህጻን

...............

የህፃን ማንሸራሸሪያ ጋሪ

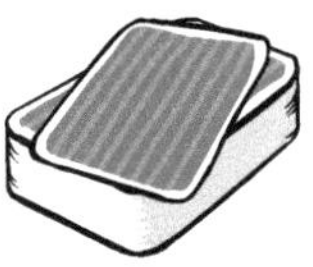

ጸወታ ካርታ

...............

የካርታ መጫወቻ

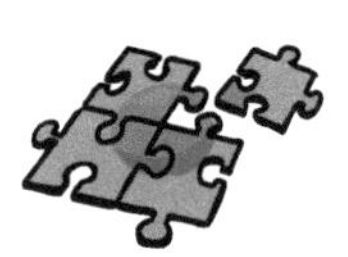

ሕንቅሊተይ

...............

ቁርጥራጭ ምስሎችን የማገጣጠም
እና ምስል የማግኘት ጨዋታ

SUPER MEGA


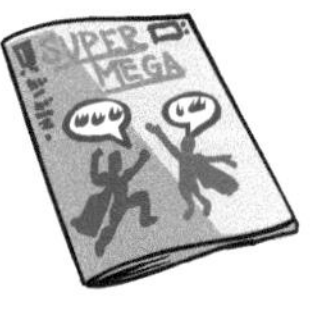

ኮሜዲ

...............

አዝናኝ

እምንታት መጻወቲ ለጎ

..................

ተገጣጣሚ መጫወቻ

መጻወቲ እምንታት

..................

የመጫወቻ መገጣጠሚያዎች

በዓል አክቾን

..................

የድርጊት ምስል

ክዳን ማማይ

..................

የህፃን እድገት

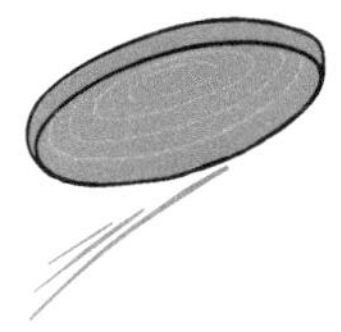

ፍሪስቢ

..................

የፕላስቲክ መጫወቻ ዝርግ ሰሀን

ሞባይል ማማይ

..................

ተወዛዋዥ የህፃን ማጫወቻ

ጸወታ ሰሌዳ

..................

የሰሌዳ ጨዋታ

ኩቦ

..................

የመጫወቻ ጠጠር

ሞደል ባቡር ምድሪ

..................

የመጫወቻ ባቡር

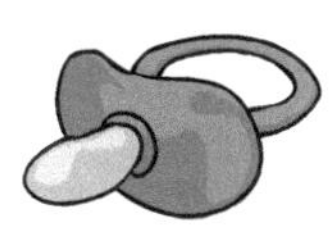

ዓባስ

..................

የእንጀራ እናት ጡጦ

ፓርቲ

..................

ድግስ

መጽሓፍ ስእሊ

..................

የስዕል መፅሀፍ

ኩዕሶ

..................

ኳስ

ባምቡላ

..................

አሻንጉሊት

ተጻወተ

..................

መጫወት

መጻወቲ ሑጻ

የአሸዋ መጫወቻ

ሰላል

ዥዋዥዌ

መጻወቲታት

መጫወቻዎች

ኮንሶል ቪድዮ

የቪዲዮ መጫወቻ

መጻወቲ ሰለስተ መንኮርኮር

ባለ ሶስት ጎማ ብስክሌት

ተዲ

የአሻንጉሊት ድብ

ክብሒ ክዳን

ቁምሳጥን

# ክዳን

# አልባሳት

ካልስታት

ካልሲዎች

ነዊሕ ካልስታት

ስቶኪንጎች

ስረ ካልሲ

ታይት

ሻርባ
የአንገት ልብስ
ጽላል
ዣንጥላ
ማልያ
ከናቴራ
ቁልፊ
ቀበቶ
ረፋዕ
ቦቲ
ጫማ ገዛ
የቤት ዉስጥ ነጠላ
ጫማ
ስኒከርስ
ስኒከሮች
ሸበጥ
ነጠላ ጫማዎች
ጫማ
ጫማዎች
ረፋዕ ጎማ
የዝናብ ቡትስ
ሙታንታ
ሙታንታ
ክዳን ጡብ
ጡት መያዣ
ትሕተ ካሚቻ
ሰደርያ

ቦዲ

ሰዉነት

ስረ

ሱሪዎች

ጂንስ

ጅንስ

ቀምሽ

ጉርድ ቀሚስ

ካምቻ

ሸሚዝ

ካሚቻ

ሸሚዝ

ጉልፎ

የሚጠለቅ ሹራብ

ጎልፎ

ሹራብ

ጃኬት

ዩኒፎርም ጃኬት

ጃከት

ጃኬት

ጁባ

ኮት

ክዳን ዝናብ

የዝናብ ኮት

ኮስቱም

ልብስ

ቀምሽ

ቀሚስ

ቀምሽ መርዓ

የሙሽራ ቀሚስ

ልብሲ

ሱፍ

ካሚቻ ለይቲ

የሌሊት ልብስ

ክዳን ለይቲ

የሌሊት ልብስ

ሳሪ

ረጅም ቀሚስ

መሃረብ ርእሲ

ሂጃብ

ቱርባን

ጥምጣም

ቡርካ

ቡርቃ

ካፍታን

ሸርጥ

ኣባያ

አባያ

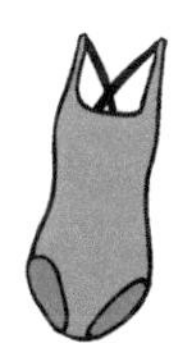

ክዳን መሕምበሲ

የዋና ልብስ

ስረ መሕምበሲ

አጭር ቁምጣ

ሓጺር ስረ

ቁምጣዎች

ክዳን ታዕሊም

የስራ ቱታ

በጃ ክዳን

ሸርጥ

ጓንቲ

ጓንት

መልጎም
..................
ቁልፍ

መነጽር
..................
መነፅር

በንናጅር
..................
አምባር

ማዕተብ
..................
የአንገት ሀብል

ቀለበት
..................
ቀለበት

ኩትሻ
..................
የጆሮ ጌጥ

ቆብዕ
..................
ኮፍያ

መንበሪ ጁባ
..................
የኮት መስቀያ

ባርነጣ
..................
ኮፍያ

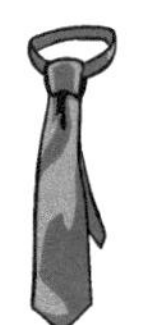

ካርራቫት
..................
ከረቫት

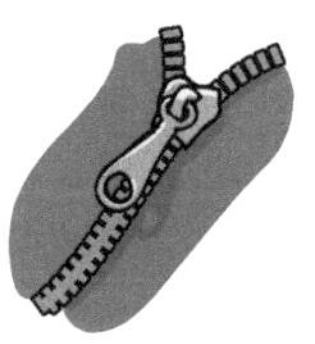

ሻርነጣ
..................
ዚፕ

ሀልመት
..................
የብረት ቆብ

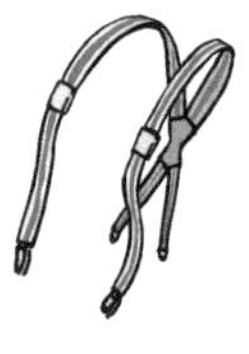

መድልደል ስረ
..................
መደገፊያ

ድቢዛ ቤትትምህርቲ
..................
የትምህርት ቤት የደንብ ልብስ

ድቢዛ
..................
የደንብ ልብስ

ሰደርያ ቆልዓ

መሃረብ

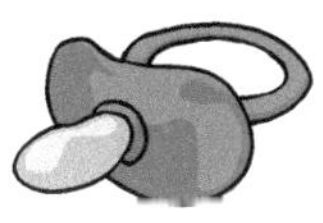

ዓባስ

የእንጀራ እናት ጡጦ

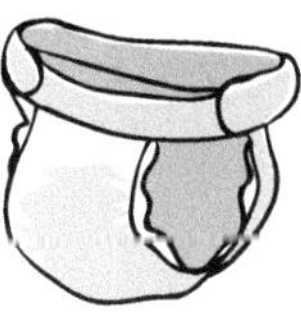

ጨርቂ ማማይ

ሽንት ጨርቅ

# ቤት ጽሕፈት

## ቢሮ

ሰርቨር
ማሰራጫ
ጣቢያ

ከብሒ ሰነድ
የፋይል መደርደሪያ
ካቢኔ

ፕሪንተር
የህትመት መሳሪያ

ወረቐት
ወረቀት

ሞኒቶር
መቆጣጠሪያ

ጣውላ ምጽሓፍ
መፃፊያ ጠረጴዛ

እንጭዋ
ማዉዝ

ሓቛፊ
ማህደር

ኪቦርድ
የመፃፊ ቁልፎች

ጎሓፍ ወረቐት
የቆሻሻ ወረቀት መጣያ
ቅርጫት

ኮምፒተር
ኮምፒዉተር

መንበር
ወንበር

ብርጭቆ ቡን

የቡና መጠጫ ትልቅ ኩባያ

ካልኩለተር

ማስልያ ማሽን

ኢንተርነት

ኢንተርኔት

ለፕቶፕ

ላፕቶፕ

ደብዳበ

ደብዳቤ

መልእኽቲ

መልዕክት

ሞባይል

ተንቀሳቃሽ ስልክ

ነትወርክ/መርበብ

የግንኙነት አዉታር

መቅድሒ ፎቶኮፒ

ማባዣ ማሽን

ሶፍትዌር

ሶፍትዌር

ተለፎን

ስልክ

ሶከት ኳረንቲ

የግድግዳ ሶኬት

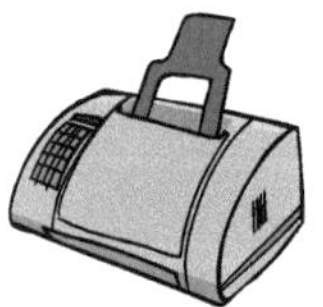

ፋክስ

የፋክስ ማሽን

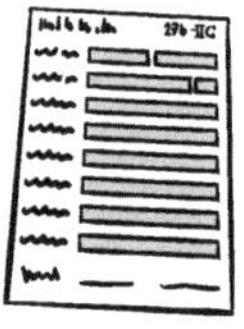

ፎርም

ቅፅ

ሰነድ

ሰነድ

# ኢኮኖሚ

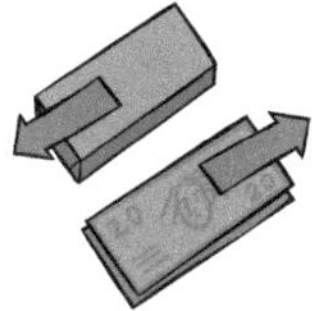

ገዝአ

.................

መግዛት

ከፈለ

.................

መክፈል

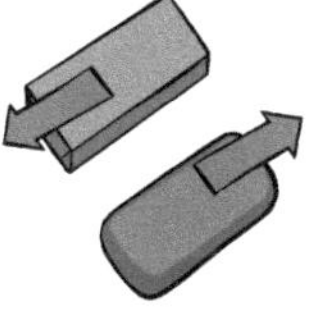

ንግዲ

.................

መነገድ

ገንዘብ

.................

ገንዘብ

ዶላር

.................

ዶላር

ኦይሮ

.................

ዩሮ

የን

.................

የን

ሩበል

.................

ሩብል

ስዊዝ ፍራንከን

.................

የስዊዝ ፍራንክ

ረንሚንቢ ዩዋን

.................

ሬንሚንቢ ዩዋን

ሩፒየ

.................

ሩጲ

መውጽኢ ማሺን ገንዘብ

.................

የገንዘብ ነጥብ

ቦታ ቅያር ገንዘብ

.................

የዉጭ ገንዘብ ምንዛሪ ቢሮ

ወርቂ

.................

ወርቅ

ብሩር

.................

ብር

ዘይቲ

.................

ዘይት

ሓይሊ

.................

ሀይል፤ ጉልበት

ዋጋ

.................

ዋጋ

ውዕል

.................

ግንኙነት

ቀረጽ

.................

ቀረጥ

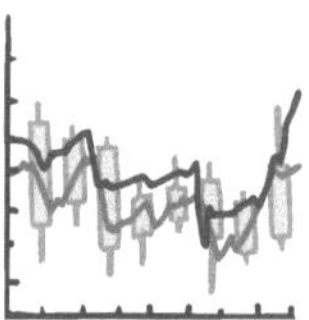

እኩብ ጥረ-ነገራት

.................

አክስዮን

ሰርሐ

.................

መስራት

ሰራሕተኛ

.................

ተቀጣሪ

ኣስራሒ

.................

ቀጣሪ

ትካል

.................

ፋብሪካ

ዱኳን

.................

ሱቅ

# ሞያታት

## የስራ ሙያዎች

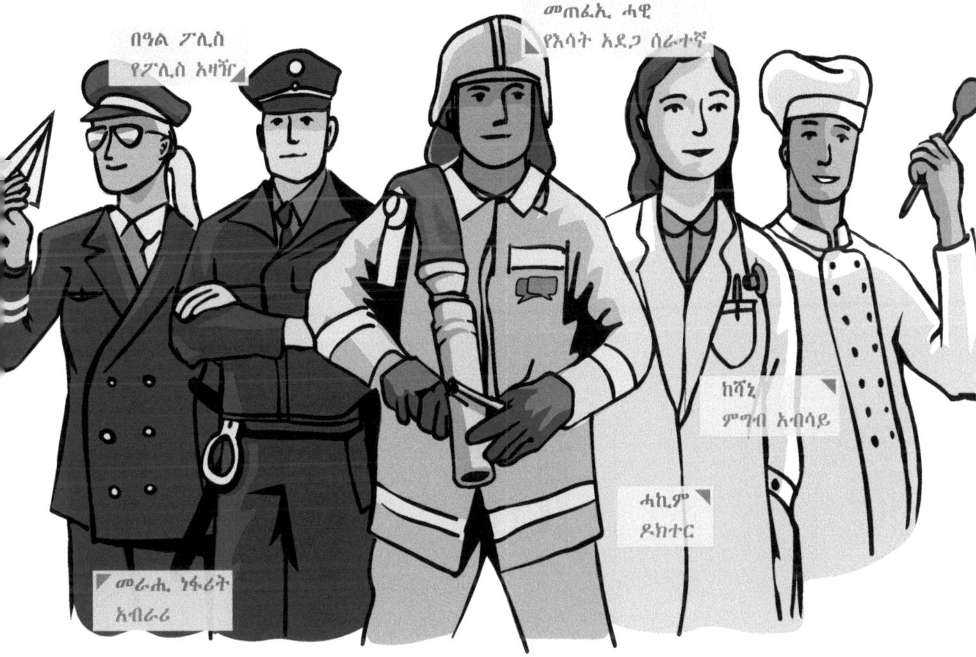

በዓል ፖሊስ
የፖሊስ አዛዥ
መጠፊኢ ሓዊ
የእሳት አደጋ ሰራተኛ
ከሻኒ
ምግብ አብሳይ
ሓኪም
ዶክተር
መራሒ ነፋሪት
አብራሪ


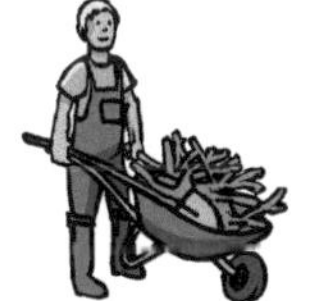

ሰራሕተኛ ጀርዲን

አትክልተኛ

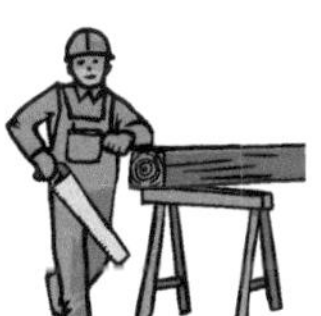

ጸራቢ ዕንጸይቲ

አናጢ

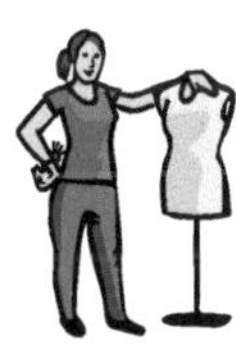

ሰፋይት

ልብስ ሰፊ ሴት

ፈራዳይ

ዳኛ

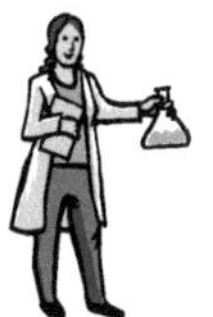

ቀማሚ

ቀማሚ

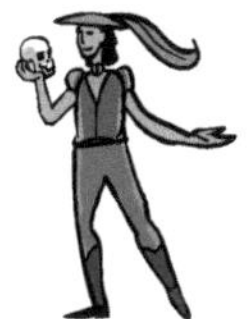

ተዋሳኢ

ተዋናይ

መራሒ ኣዉቶቡስ

..................

የአዉቶቢስ ሹፌር

ኣውቲስታ ታክሲ

..................

የታክሲ ሹፌር

ገፋፊ ዓሳ

..................

አሳ አጥማጅ

ጸራጊት

..................

ፅዳት ሰራተኛ

ሃናጻይ ናሕሲ

..................

የጣራ ሰራተኛ

ኣሰላፊ

..................

አስተናጋጅ

ሃዳናይ

..................

አዳኝ

ሰኣላይ

..................

ሰዓሊ

እንዳ ሕብስቲ

..................

ጋጋሪ

ኤለትሪከኛ

..................

የኤሌትሪክ ሰራተኛ

ሃናጺ ኣባይቲ

..................

ገምቢ

ሃንዳሲ

..................

መሃሃዲስ

ሰራሕተኛ እንዳ ስጋ

..................

ልኳንዳ

ድራብሊኮ

..................

የቧንቧ ሰራተኛ

ኣማላላሲ ፖስጣ

..................

የፖስታ ሰራተኛ

ወተሃደር

ወታደር

መሃንድስ

መሃንዲስ

ተሓዝ ገንዘብ

የሒሳብ ሰራተኛ

ሰራሕተኛ ዕምባባ

አበባ ሻጭ

ቀምቃማይ

የፀጉር ሰራተኛ

ፈተሪኖ

ቲኬት ቆራጭ

መካኒክ

መካኒክ

መራሒ መርከብ

ካፒቴን

ሓኪም ስኒ

የጥርስ ሐኪም

ተመራማሪ

ተመራማሪ

ራቢ

መምህር

ኢማም

የሙስሊም ሃይማኖታዊ መሪ

ፈላሲ

መነኩሴ

ቀሺ

ካህን

# ናውቲ

## መሳሪያዎች

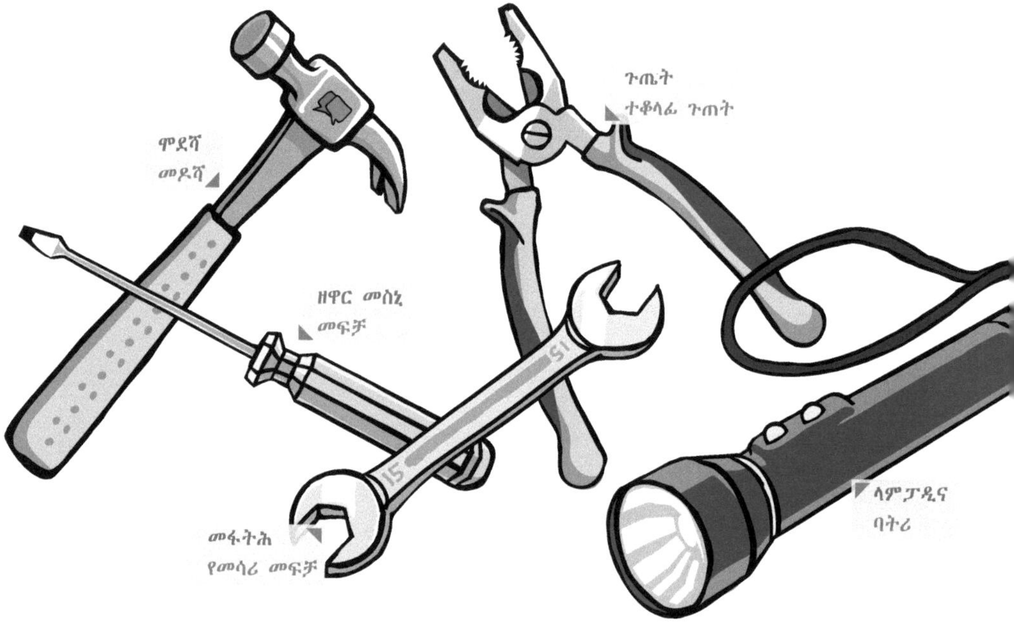

ሞደሻ
መዶሻ

ጉጤት
ተቆላፊ ጉጠት

ዘዋር መስኒ
መፍቻ

መፉትሕ
የመሳሪ መፍቻ

ላምፓዲና
ባትሪ

ፊሓሪ

በቁፋሮ የሚዝቅ

ናውቲ ቦክስ

የመፍቻ ሳጥን

መደያይቦ

መሰላል

መጋዝ

መጋዝ

መስማር

ምስማር

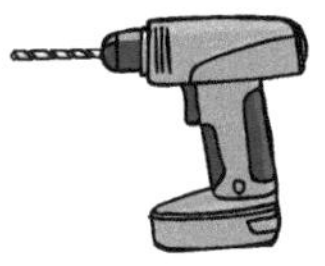

ኰዓቲ

መሰርሰሪያ

ምዕራይ

መጠገን

ባደላ

አካፋ

ኣይ!

የተረገመ!

መትሓዚ ዶሮና

ቆሻሻ ማፈሻ

ድስቲ ቀለም

የቀለም ቆርቆሮ

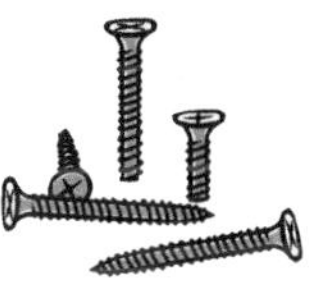

ካቻቢተ

ብሎን

## መሳርሒ ሙዚቃ

## የሙዚቃ መሳሪያዎች

እስፒከር
የድምፅ ማጉያ
መሳርያ

ከበሮታት
የከበሮ መሳሪያዎች

ጊታር
ክራር መሰል የሙዚቃ
መሳሪያ

ረጕድ ዓባይ
ጊታር
ድርብ ቤዝ ጊታር

ትሮምፐት
የትንፋሽ ሙዚቃ
መሳሪያ

ፒያኖ

..................

ፒያኖ

ቪዮሊን

..................

ቫዮሊን

ባስ ጊታር

..................

ወፍራም፧ ጎርናና ድምፅ ያለዉ ክራር መሰል ሙዚቃ መሳሪያ

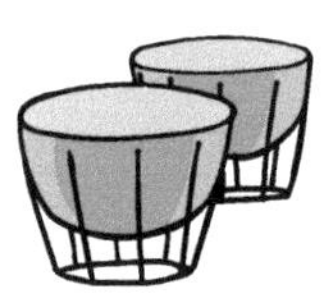

ቲምንኢ

..................

ነጋሪት

ከቦሮ

..................

ከበሮ

ኦርጋን

..................

በኤሌክትሪክ የሚሰራ ፒኖ

ሳክሶፎን

..................

የትንፋሽ ሙዚቃ መሳሪያ

ሻምብቆ

..................

ዋሽንት

ሚክሮፎን

..................

የድምፅ ማጉያ

# መካነ እንስሳታት

## የደር እንስሳት ማቆያ

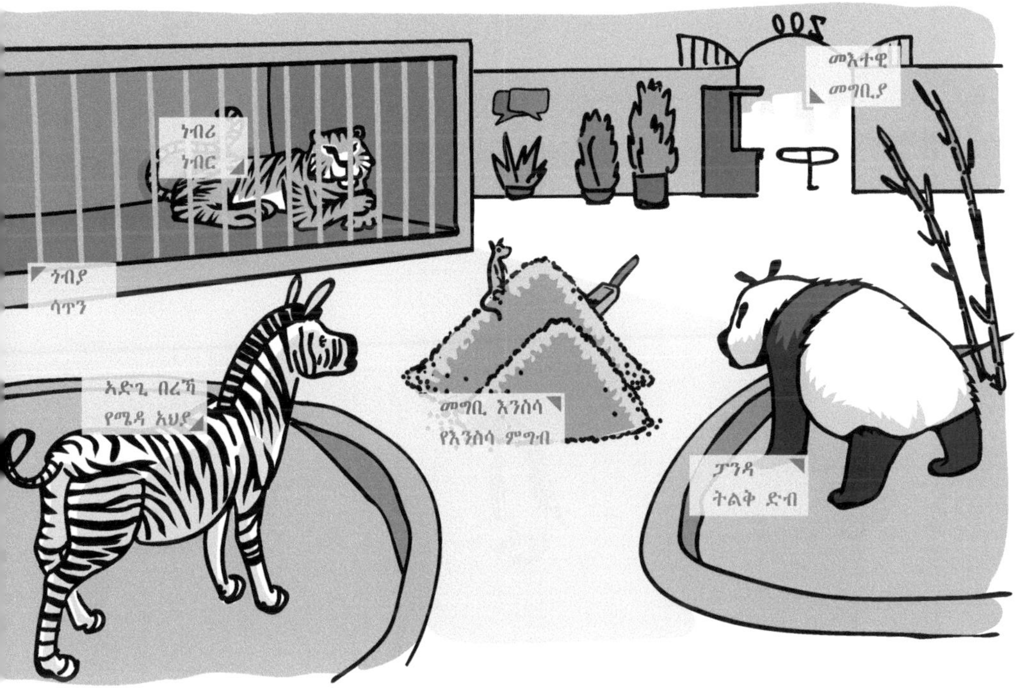

ነብሪ
ነብር

መእተዊ
መግቢያ

ጎብያ
ሳጥን

ኣድጊ በረኻ
የሜዳ አህያ

መግቢ እንስሳ
የእንስሳ ምግብ

ፓንዳ
ትልቅ ድብ

እንስሳታት

እንስሳቶች

ሓርማዝ

ዝሆን

ካንጋሩ

ካንጋሮ

ሓሪሽ

አዉራሪስ

ጉሪላ

ትልቅ ዝንጀሮ

ድቢ

ድብ

ገመል

ግመል

ሰገን

ሰጎን

ኣንበሳ

አንበሳ

ህበይ

ጦጣ

ፍላሚንጎ

ቅልጥመ ረዥም ወፍ

ሕንጻይ

በቀቀን

ድቢ በረድ

የወዋልታ ድብ

ፐንጉን

የዋልታ ወፎች

ከልቢ ዓሳ

ረጅም ጥርሶች ያሉትአሳ ነባሪ

ጣውስ

ጣዎስ

ተመን

እባብ

ሓርገጽ

አዞ

ሓላዊ ቤት ገርድሽ

የዱር አራዊት የሚጠበቁበት ማቆያን የሚጠብቅ

ዓሳ ዚምገብ እንስሳ ባሕሪ

አሳ በሊታ የባህር እንስሳ

ጃጓር

የዱር ድመት

ሓጺር ፈረስ

..................

ድንክ ፈረስ

ነብሪ

..................

ነብር

ጉማረ

..................

ጉማሬ

ጂራፍ

..................

ቀጭኔ

ሊሳ

..................

ንስር

መፍለስ

..................

ከርከሮ

ዓሳ

..................

አሳ

ጎብየ

..................

የባህር ኤሊ

ዋልሩስ

..................

የባህር አዉሬ

ወኻርያ

..................

ቀበሮ

ሰሰሓ

..................

የሜዳ ፍየል፤ሚዳቋ

# ስፖርት

## የስፖርት አይነቶች

ኩዕሶ እግሪ
እግር ኳስ

ባድሚንቶን
የላበ ኳስ ጨዋታ

እስፖርታዊ ንጥፈታት
አትሌቲክስ

ኩዕሶ ኢድ
የእጅ ኳስ ስፖርት

ስኪ
የበረዶ መንሸራተት ስፖርት

ፖሎ
ፈረስ ግልቢያ

# ንጥፈታት

## እንቅስቃሴዎች

ነጠረ
መዝለል

ደረፈ
መዘመር

ሓቑፈ
ማቀፍ

ሰሓቐ
መሳቅ

ከደ
መራመድ

ሓለመ
ህልም ማለም

ጸለየ
መፀለይ

ሰዓመ
መሳም

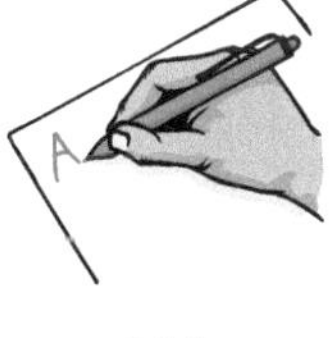

ጸሓፈ
.................
መፃፍ

ሰኣለ
.................
መሳል

ኣርኣየ
.................
ማሳየት

ደፍአ
.................
መግፋት

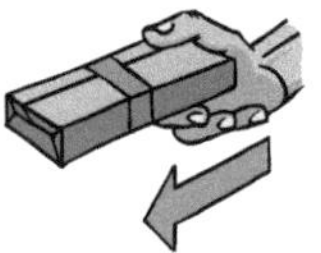

ሃበ
.................
መስጠት

ወሰደ
.................
መዉሰድ

ኣለወ

መያዝ

ገበረ

ማድረግ

ኮነ

መሆን

ጠጠው በለ

መቆም

ጎየየ

መሮጥ

ሰሓበ

መሳብ

ሰንደወ

መወርወር

ወደቐ

መዉደቅ

ሓሰወ

መዋሸት

ተጸበየ

መጠበቅ

ሰከም

መሸከም

ኮፍ በለ

መቀመጥ

ተኸድነ

መልበስ

ደቀሰ

መተኛት

ተስአ

መንቃት

ረኣየ

መመልከት

በኽየ

ማልቀስ

ብኣጻብዑ ደረዘ

መጫር

መሸጠ

ማበጠር

ተዛረበ

ማዉራት

ተረድአ

መረዳት

ሓተተ

ጥያቄ

ሰምዐ

ማዳመጥ

ሰተየ

መጠጣት

በልዐ

መብላት

ኣቐመጠ

ማንፃት

ኣፍቀረ

ማፍቀር

ከሸነ

ምግብ ማብሰል

ዘወረ

መንዳት

ነፈረ

መብረር

ብመርከብ ገየሸ

.................

መርከብ መንዳት

ደመረ

.................

ቁጥሮችን ማስላት

ኣንበበ

.................

ማንበብ

ተመሃረ

.................

መማር

ሰርሐ

.................

መስራት

መርዓወ

.................

ማግባት

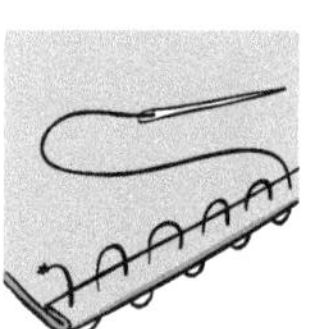

ሰፈየ

.................

መስፋት

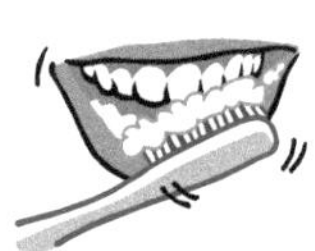

ጽሬት ኣስናን

.................

ጥርስ መቦረሽ

ቀተለ

.................

መግደል

ሽጋራ ተከኸ

.................

ማጨስ

ሰደደ

.................

መላክ

# ስድራቤት
## ቤተሰብ

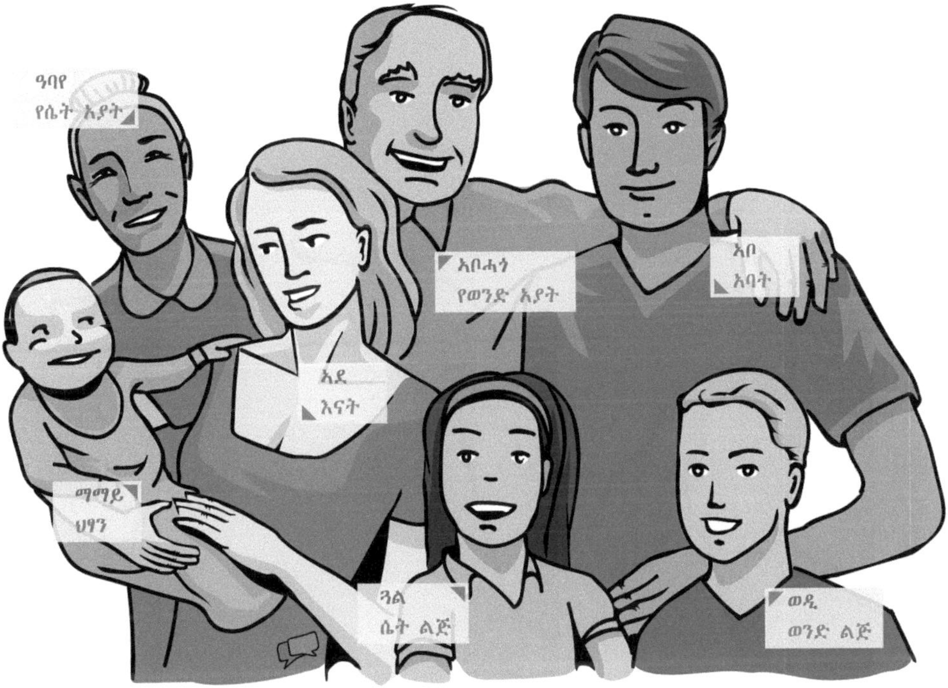
ዓባየ
የሴት አያት
ኣቦሓጎ
የወንድ አያት
ኣቦ
አባት
ኣደ
እናት
ማማይ
ህፃን
ጓል
ሴት ልጅ
ወዲ
ወንድ ልጅ

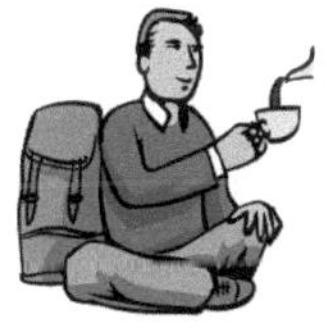

ጋሻ

እንግዳ

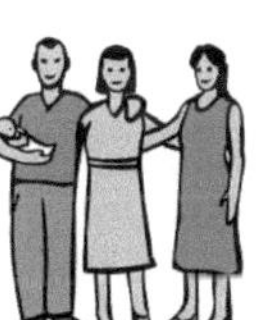

ሓትኖ

አክስት

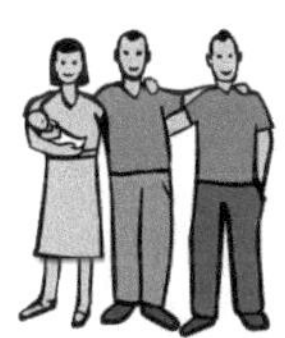

ኣኮ

አጎት

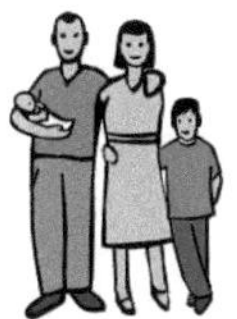

ሓው

ወንድም

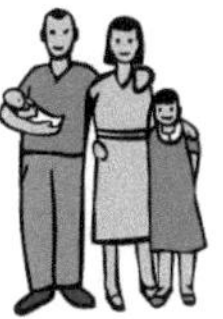

ሓፍቲ

እህት

# ኣካላት

## አካል

ግንባር
ግንባር

ዓይኒ
አይን

መንኩብ
ትከሻ

ኣጻብዕ
ጣት

ገጽ
ፊት

መንከስ
አገጭ

ኢድ
እጅ

ኣፍ-ልቢ
ጡት

ሽፋን እግሪ
እግር

ምናት
ክንድ

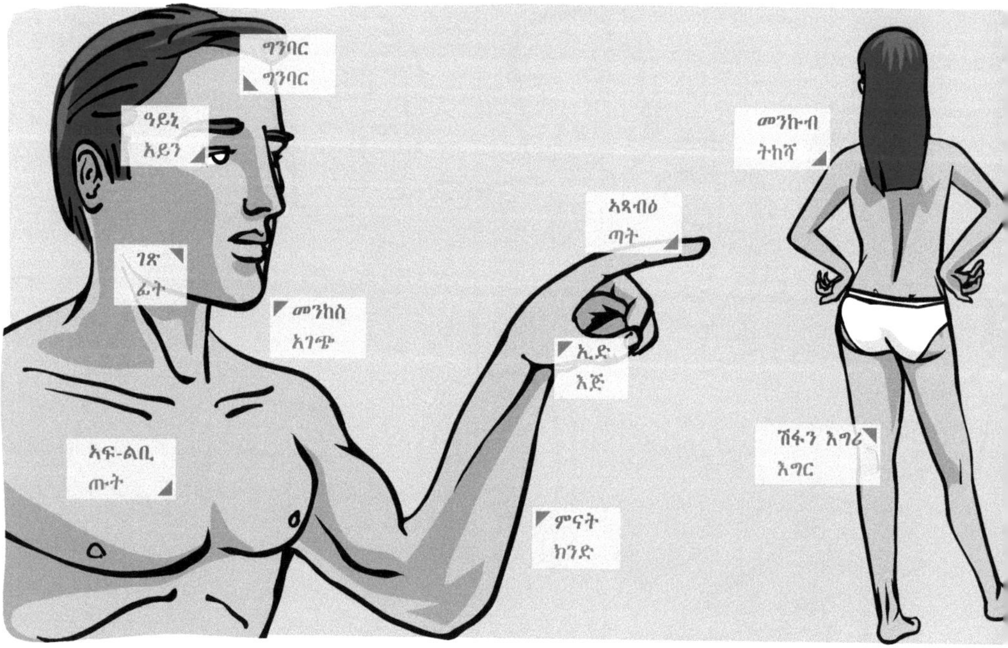

ማማይ

ህፃን

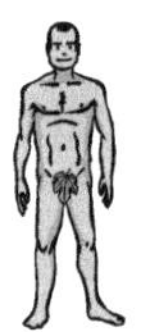

ሰብኣይ

ሰዉ

ሰበይቲ

ሴት

ጓል

ልጃገረድ

ወዲ

ወንድ ልጅ

ርእሲ

ራስ

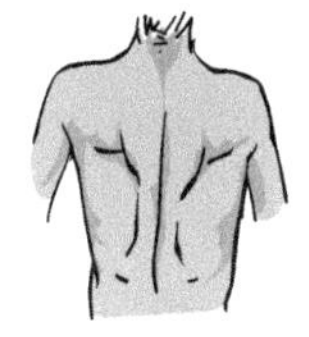

ሕቖ

ጀርባ

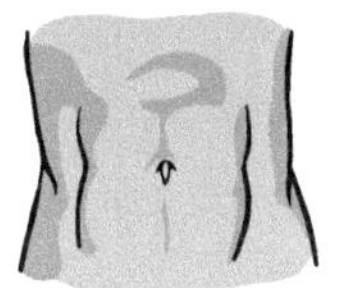

ከስዐ

ሆድ

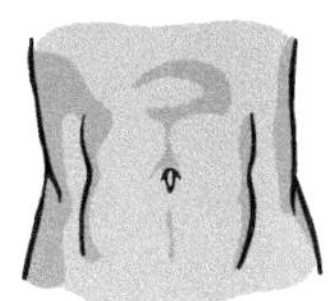

ሕምብርቲ

እምብርት

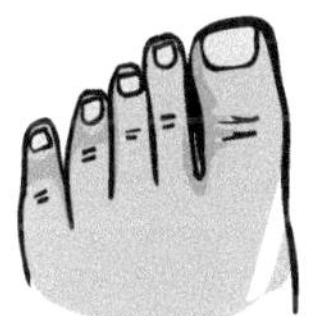

ኣጻብዕ እግሪ

የእግር ጣት

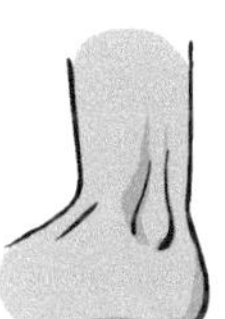

ኩርኾረ

ተረከዝ

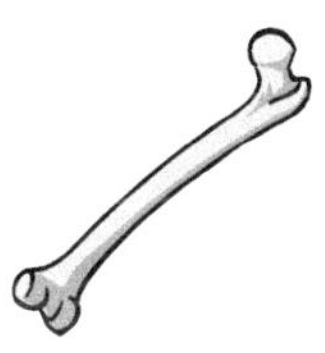

ዓጽሚ

አጥንት

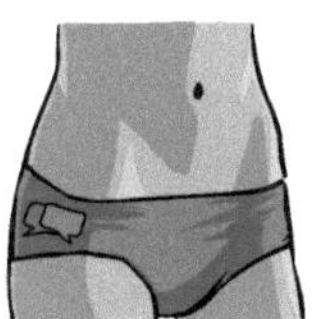

ምሕኩልቲ

ዳሌ

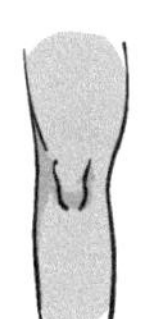

ብርኪ

ጉልበት

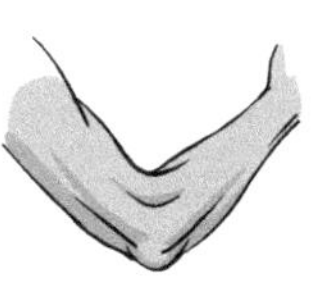

ፎግፎጐ

ክርን

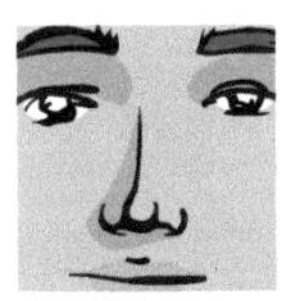

ኣፍንጫ

አፍንጫ

ሠሣኮር

ቂጥ

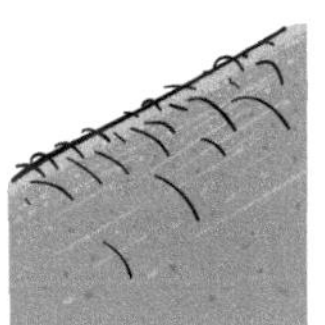

ቆርበት

ቆዳ

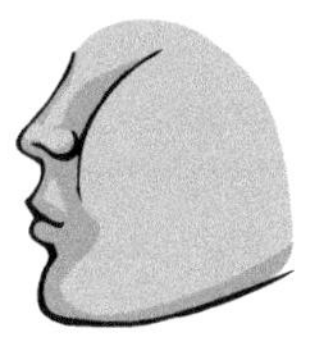

ምዕጉርቲ

ጉንጭ

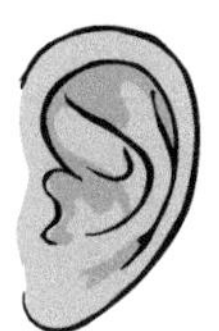

እዝኒ

ጆሮ

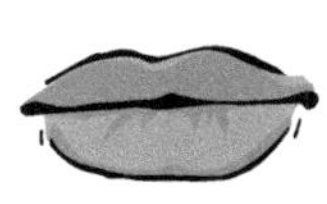

ከንፈር

ከንፈር

አፍ

አፍ

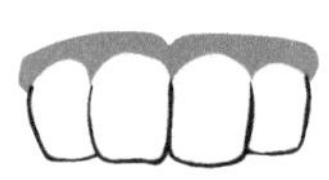

ስኒ

ጥርስ

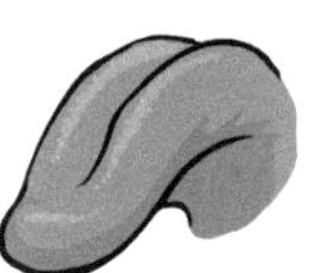

መልሓስ

ምላስ

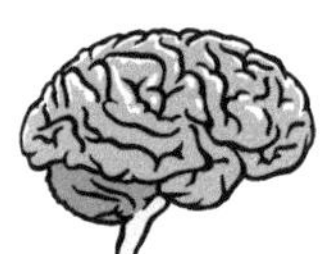

ሓንጎል

አንጎል

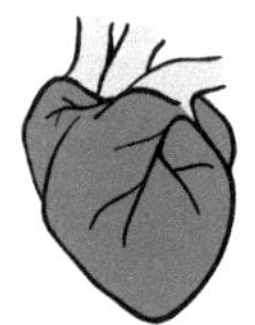

ልቢ

ልብ

ጭዋዳ

ጡንቻ

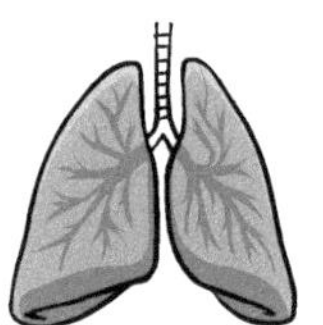

ሳንቡእ

ሳምባ

ጸላም ከብዲ

ጉበት

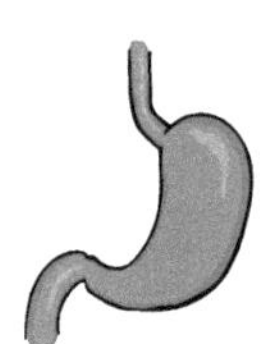

ከብዲ

ሆድ

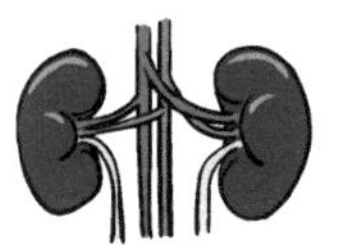

ኵሊት

ኩላሊቶች

ግብረ ስጋ

የግብረስጋ ግንኙነት

ኮንዶም

ኮንዶም

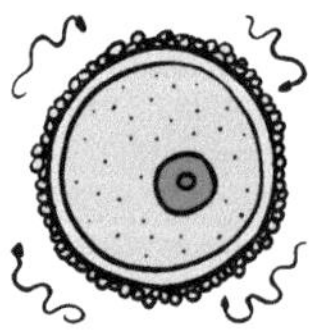

እንቋቑሖ

የሴት እንቁላል

ዘርኢ ተባዕታይ

የዘር ፈሳሻ

ጥንሲ

እርግዝና

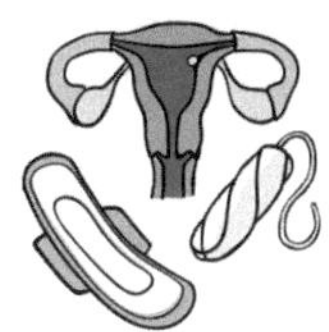

ጽግያት

የወር አበባ

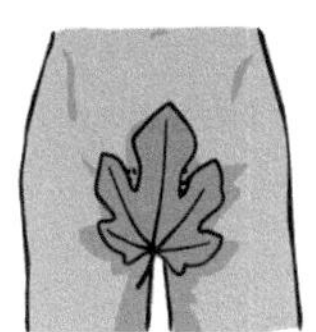

ርሕሚ

እምስ

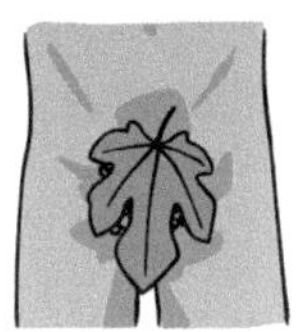

መትሎ

ቁላ

ሽፋሽፍቲ

ቅንድብ

ጸግሪ

ፀጉር

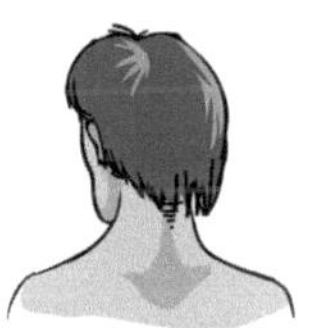

ክሳድ

አንገት

# ሆስፒታል

## ሆስፒታል

ሆስፒታል
ሆስፒታል

መኪና ኣምቡላንስ
አምቡላንስ

መንበር ዓረብያ
ተሽከርካሪ ወንበር

ስባር
ስብራት

ሓኪም

ዶክተር

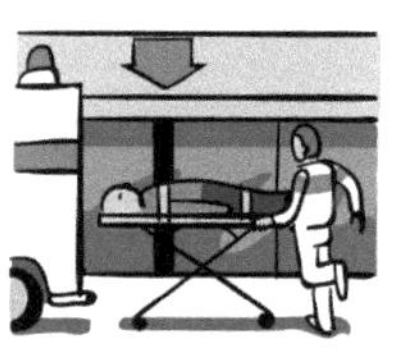

ክፍሊ ህጹጽ ረድኤት

ድንገተኛ ክፍል

ኣላይት

ነርስ

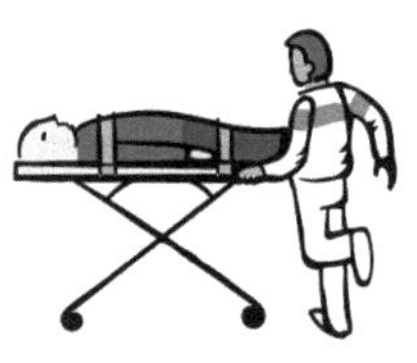

ህጹጽ ኩነት

ድንገተኛ

ውነኡ ዘጥፍአ

ራስን መሳት/ አለማወቅ

ቃንዛ

ህመም

ጉድኣት
..................
ጉዳት

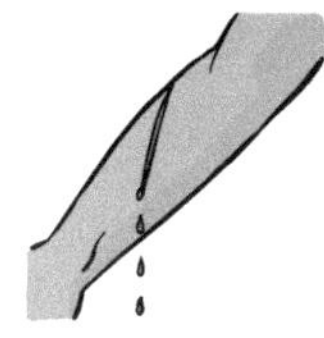

ደም
..................
መድማት

ማህረምቲ
..................
የልብ ድካም

ማህረምቲ
..................
ስትሮክ

ኣለርጂ
..................
አለርጂ

ሰዓል
..................
ሳል

ረስኒ
..................
ትኩሳት

ኢንፍልወንዛ
..................
ኢንፍሎዌንዛ

ውጽኣት
..................
ተቅማጥ

ቃንዛ ርእሲ
..................
የራስ ምታት

መንሽሮ
..................
ካንሰር

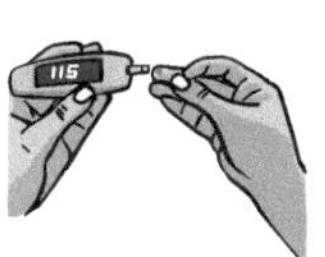

ሹኮርያ
..................
የስኳር በሽታ

ሓኪም መጥባሕቲ
..................
ቀዶ ጠጋኝ ሐኪም

መጥብሒ
..................
የቀዶ ጥገና ስለት

መጥባሕቲ
..................
ቀዶ ጥገና

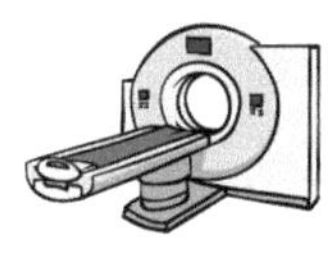

CT

ሲቲ

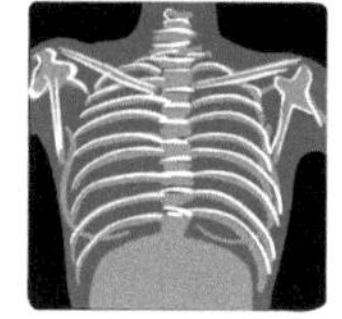

ራጂ

ኤክስሬዮ

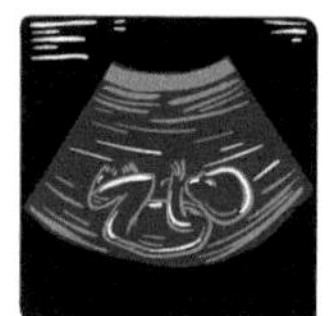

ልዕለ ድምጻዊ

አልትራሳዉንድ

መሸፈኒ ገጽ

የፊት ጭምብል

ሕማም

በሽታ

ክፍሊ ምጽባይ

መጠበቂያ ክፍል

ምርኩስ

ምርኩዝ

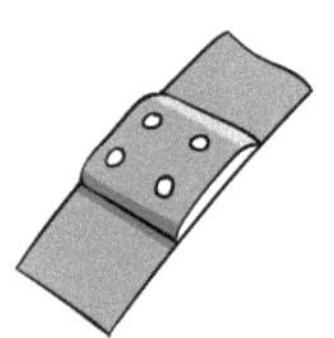

መጀነኒ ቑስሊ

የቁስል ማሸጊያ

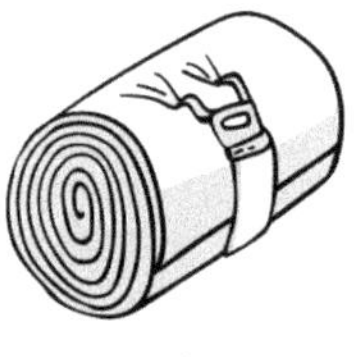

መጀነኒ

ፋሻ

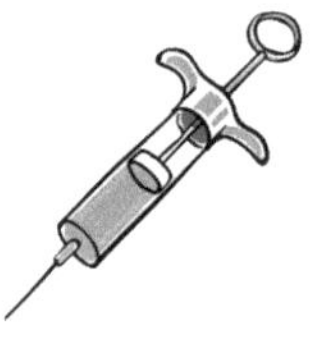

መርፍዕ ምውጋእ

መርፌ

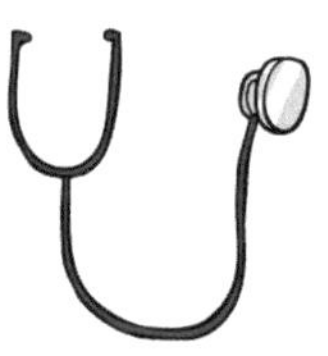

ስተቶስኮፕ

የልብ ምት ማዳመጫ መሳሪያ

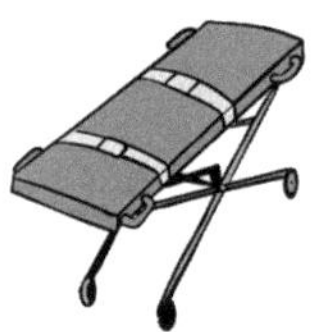

መስከሚ ሕማም

የበሽተኛ አልጋ

ቴርሞመተር

የህክምና ሙቀት መለኪያ መሳሪያ

ትውልዲ

መውለድ

ልዕለ-ሚዛን

ከልክ ያለፈ ክብደት

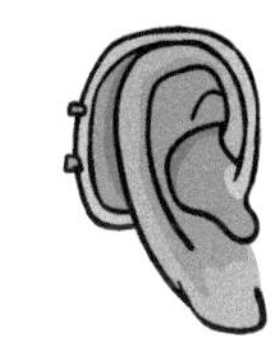

ሓገዝ ምስማዕ

ለመስማት የሚረዳ መሳሪያ

አንጻሂ

ፀረ ተባይ መድሀኒት

ልበዳ

ማመርቀዝ

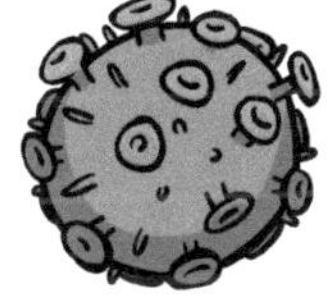

ቫይረስ

ቫይረስ

ኤድስ

ኤች አይቪ ኤድስ

ሕክምና

ህክምና

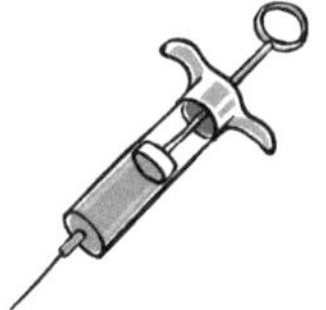

ክታበ

ክትባት

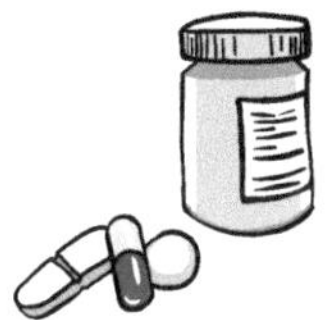

ከኒና

ኪኒን

ከኒና

ኪኒን

ህጹጽ ምድዋል

አስቸኳይ የስልክ ጥሪ

መዕቀኒ ጸቕጢ ደም

ደም ግፊት መቆጣጠሪያ

ሕሙም / ጥዑይ

ህመም/ ጤንነት

# ህጹጽ ኲነት

## ድንገተኛ

ሓገዝ

..................

እርዳታ!

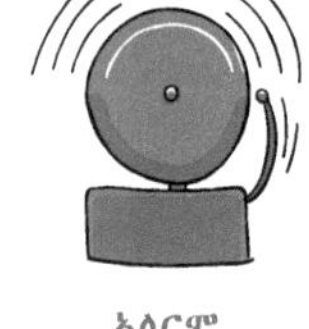

ኣላርም

..................

ማንቂያ ደዉል

ምህጃም

..................

ጥቃት

መጥቃዕቲ

..................

ድብደባ

ድንገት

..................

አደጋ

ህጹጽ መውጽኢ

..................

የድንገተኛ መዉጫ

ሓዊ!

..................

እሳት!

መጥፍኢ ሓዊ

..................

እሳት ማጥፊያ

ሓደጋ

..................

አደጋ

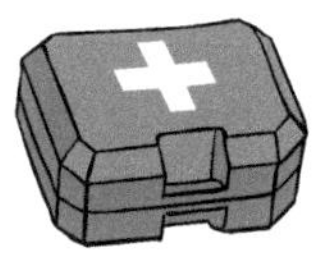

ሳንጣ ቀዳማይ ረድኤት

..................

የመጀመሪያ እርዳታ መድሃኒት መያዣ

SOS

..................

ነፍስ አድን

ፖሊስ

..................

ፖሊስ

# ምድሪ

## ምድር

ኤውሮጳ

አዉሮፓ

ሰሜን ኣመሪካ

ሰሜን አሜሪካ

ደቡብ ኣመሪካ

ደቡብ አሜሪካ

ኣፍሪቃ

አፍሪካ

ኤስያ

እስያ

ኣውስትራልያ

አዉስትራሊያ

ኣትላንቲክ

አትላንቲክ

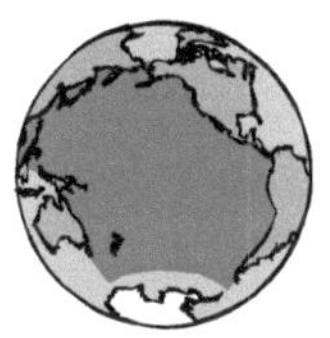

ፓሲፊክ

ፓስፊክ

ህንዳዊ ዉቕያኖስ

የህንድ ዉቅያኖስ

ኣንታርቲካዊ ዉቕያኖስ

አንታርክቲክ ዉቅያኖስ

ኣርክቲካዊ ዉቕያኖስ

አርክቲክ ዉቅያኖስ

ሰሜናዊ ዋልታ

ሰሜን ዋልታ

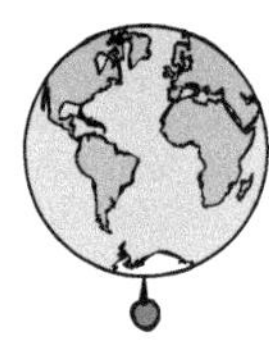

ደቡባዊ ዋልታ
..................
ደቡብ ዋልታ

ኣንታርቲካ
..................
አንታርክቲካ

ምድሪ
..................
ምድር

መሬት
..................
መሬት

ባሕሪ
..................
ባህር

ደሴት
..................
ደሴት

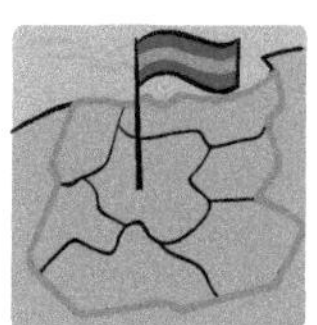

ሃገር
..................
አገርና ህዝብ

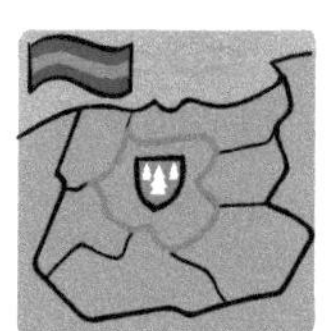

ዓዲ
..................
መንግስት

# ሰዓት

ሰዓት

ገጽ ሰዓት

የሰዓት ገፅታ

ኣመልካቲ ሰዓታት

ሰዓት

ኣመልካቲ ደቓይቕ

ደቂቃ

ኣመልካቲ ካልኢት

ሴኮንድ

ሰዓት ክንደይ ኣሎ?

ስንት ሰዓት ነው?

መዓልቲ

ቀን

ግዜ

ጊዜ

ሕጂ

አሁን

ዲጂታል ሰዓት

የቁጥር ሰዐት

ደቒቕ

ደቂቃ

ሰዓት

ሰዓታት

# ሰሙን

# ሳምንት

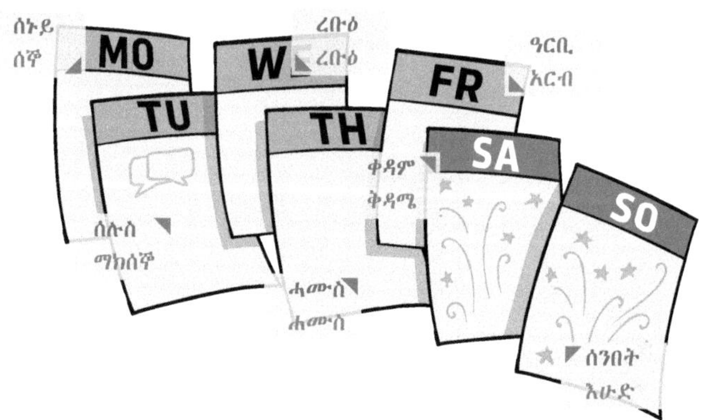

ትማሊ

ትላንት

ሎሚ

ዛሬ

ጽባሕ

ነገ

ንጎሆ

ማለዳ

ቀትሪ

ቀትር

ምሸት

ምሸት

| MO | TU | WE | TH | FR | SA | SU |
|---|---|---|---|---|---|---|
| 1 | 2 | 3 | 4 | 5 | 6 | 7 |
| 8 | 9 | 10 | 11 | 12 | 13 | 14 |
| 15 | 16 | 17 | 18 | 19 | 20 | 21 |
| 22 | 23 | 24 | 25 | 26 | 27 | 28 |
| 29 | 30 | 31 | 1 | 2 | 3 | 4 |

መዓልታት ስራሕ

የስራ ቀናት

| MO | TU | WE | TH | FR | SA | SU |
|---|---|---|---|---|---|---|
| 1 | 2 | 3 | 4 | 5 | 6 | 7 |
| 8 | 9 | 10 | 11 | 12 | 13 | 14 |
| 15 | 16 | 17 | 18 | 19 | 20 | 21 |
| 22 | 23 | 24 | 25 | 26 | 27 | 28 |
| 29 | 30 | 31 | 1 | 2 | 3 | 4 |

መወዳእታ ሰሙን

የዕረፍት ቀናት

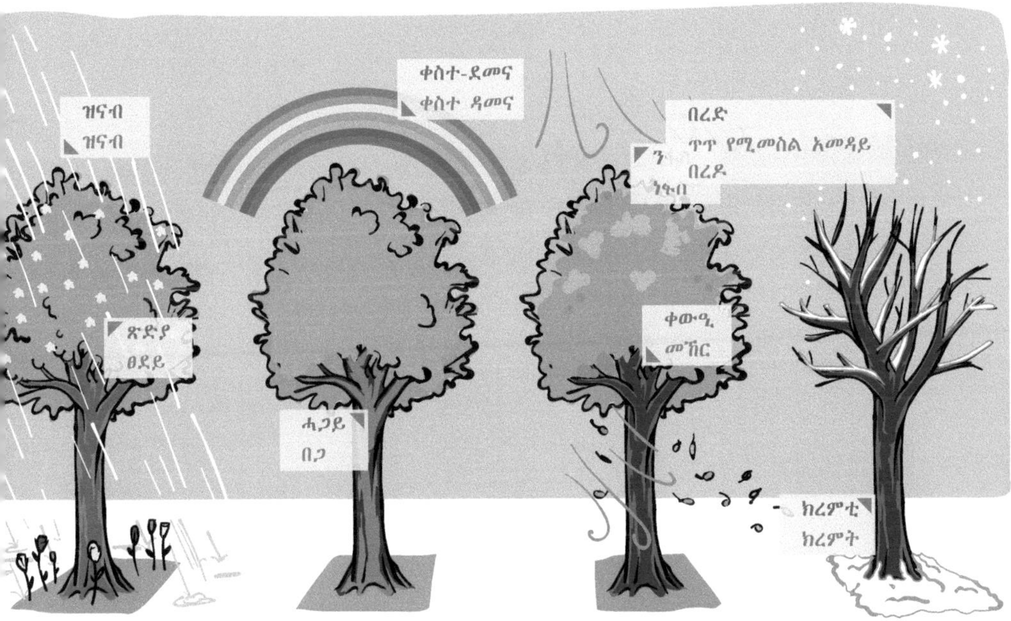

# ዓመት

ዓመት

ዝናብ
ዝናብ

ቀስተ-ደመና
ቀስተ ዳመና

በረድ
ጥጥ የሚመስል ኣመዳይ
በረዶ

ን
ንፋብ

ጽድያ
ፀደይ

ሓጋይ
በጋ

ቀውዒ
መኸር

ክረምቲ
ክረምት

ትንቢት ኩነታት ኣየር
..................
የአየር ሁኔታ ትንበያ

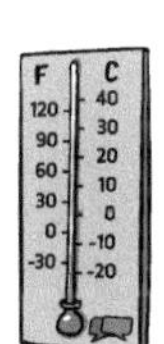


ቴርሞመተር
..................
የሙቀት መለኪያ

ብርሃን ጸሓይ
..................
የፀሀይ ሙቀት

ደበና
..................
ደመና

ግመ
..................
ጭጋግ

ጠሊ
..................
እርጥበታማነት

ብርቂ
..................
መብረቅ

ነጐዳ
..................
ነጎድጓድ

ህቦብላ
..................
አዉሎ ንፋስ

በረድ
..................
የበረዶ ዝናብ

ብርቱዕ ህቦብላ
..................
አዉሎ ንፋስ

ውሕጅ
..................
ጎርፍ

በረድ
..................
በረዶ

ጥሪ
..................
ጥር

ለካቲት
..................
የካቲት

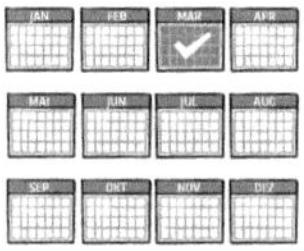

መጋቢት
..................
መጋቢት

ሚያዝያ
..................
ሚያዚያ

ጉንበት
..................
ግንቦት

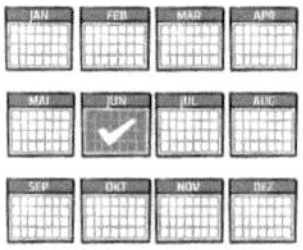

ሰነ
..................
ሰኔ

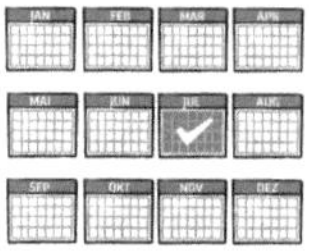

ሓምለ
..................
ሐምሌ

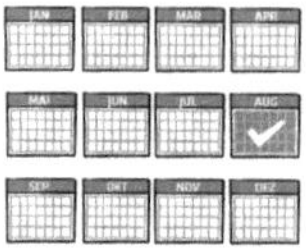

ነሓሰ
..................
ነሀሴ

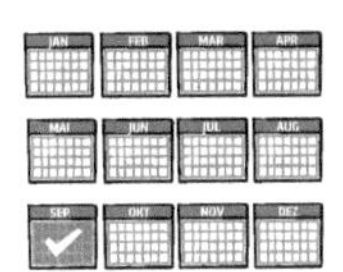

መስከረም

መስከረም

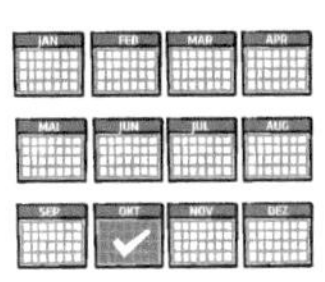

ጥቅምቲ

ጥቅምት

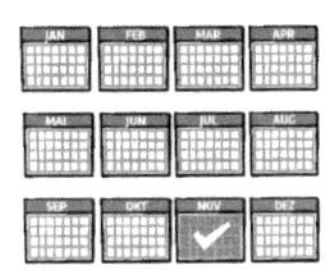

ሕዳር

ህዳር

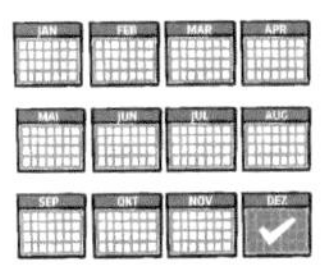

ታሕሳስ

ታህሳስ

# ቅርጽታት

## ቅርፆች

ዙርያ

ክብ

ትርብዒት

አራት ማዕዘን

ቅኑዕ ርቡዕ ኵርናዕ

አራት ቀጥተኛ ማዕዘኖች ጎኖች ያሉት ቅርፅ

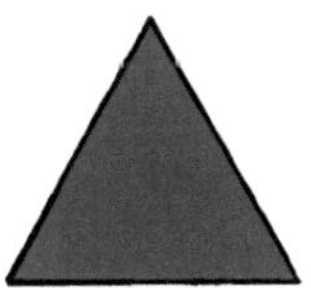

ስሉስ ኩርናዕ

ሶስት ማዕዘን

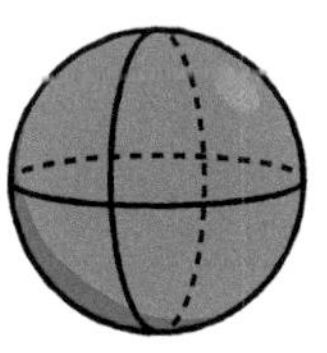

ክቢ

ሉል

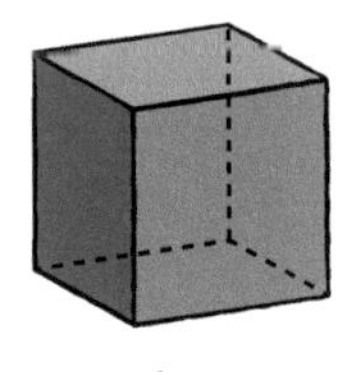

ኩቦ

ስድስት ጎን ያለዉ ቅርፅ

# ሕብርታት

## ቀለማት

ጻዕዳ

ነጭ

ብጫ

ቢጫ

ኣራንሺ

ብርቱካናማ

ፒንክ

ሮዝ

ቀይሕ

ቀይ

ጁኽ

ወይን ጠጅ

ሰማያዊ

ሰማያዊ

ቀጠልያ

አረንጓዴ

ቡናዊ

ቡኒ

ሓሙኽሽታይ

ግራጫ

ጸሊም

ጥቁር

# ኣንጻራት

## ተቃራኒዎች

ብዙሕ / ውሑድ

ብዙ/ ጥቂት

ሕሩቕ / ሰላማዊ

ንዴት/ እርጋታ

ጽቡቕ / ክፉእ

ቆንጆ/ አስቀያሚ

መጀመርያ / መወዳእታ

ጅማሬ/ ፍፃሜ

ዓቢ / ንእሽቶ

ትልቅ/ ትንሽ

ብሩህ / ጸልማት

ደማቅ/ ደብዛዛ

ሓው / ሓፍት

ወንድም/ እህት

ጽሩይ / ርሳሕ

ንፁህ/ ቆሻሻ

ምሉእ / ዘይምሉእ

የተሟላ/ ያልተሟላ

መዓልቲ / ለይቲ

ቀን/ ምሽት

ሙዉት / ህልው

የሞተ/ ህያዉ

ሰፊሕ / ጸቢብ

ሰፊ/ ጠባብ

ደስ ዘበል / ደስ ዘይብል

..................

የሚበላ/ የማይበላ

እኩይ / ህያዋይ

..................

ክፉ/ ደግ

ርቡጽ / ስልኩይ

..................

ደስተኛ/ ድብርተኛ

ረጊድ / ቀጢን

..................

ወፍራም/ ቀጭን

ቀዳማይ / ናይ መወዳእታ

..................

መጀመርያ/ መጨረሻ

ዓርኪ / ጸላኢ

..................

ጓደኛ/ ጠላት

ምሉእ / ባዶ

..................

ሙሉ/ ጎዶሎ

ተሪር / ልስሉስ

..................

ጠንካራ/ ለስላሳ

ከቢድ / ፈኲስ

..................

ከባድ/ ቀላል

ጥምየት / ጽምየት

..................

ረሃብ/ ጥማት

ሕሙም / ጥዑይ

..................

ህመም/ ጤንነት

ዘይሕጋዊ / ሕጋዊ

..................

ህገወጥ/ ህጋዊ

መስተውዓሊ / ስዲ

..................

ጎበዝ/ ደደብ

ጸጋም / የማን

..................

ግራ/ ቀኝ

ቐረባ / ርሑቕ

..................

ቅርብ/ ሩቅ

ሓዲሽ / ብሉይ

.....................

አዲስ/ አሮጌ

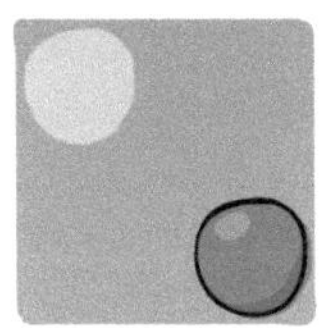

ዋላ ሓደ / ገለ

.....................

ምንም/ የሆነ ነገር

ዓቢ/አረጊት / መንእሰይ

.....................

ሽማግሌ/ ወጣት

ወልዕ / ኣጥፍእ

.....................

የበራ/ የጠፋ

ክፉት / ዕጹው

.....................

ክፍት/ ዝግ

ህዱእ / ዓው

.....................

ፀጥታ/ ጫጫታ

ሃብታም / ድኻ

.....................

ሃብታም/ ደሃ

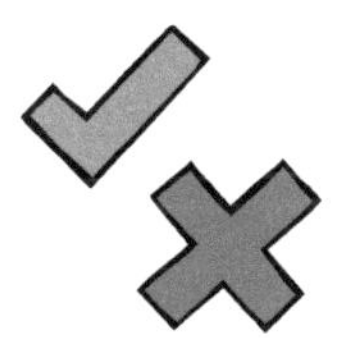

ቅኑዕ / ግጉይ

.....................

ትክክለኛ/ የተሳሳተ

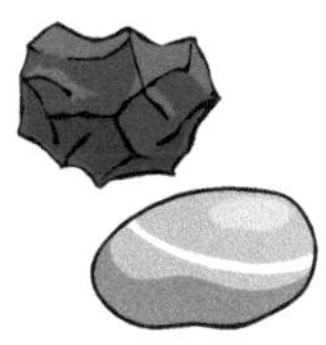

ሓርፋፍ / ልሙጽ

.....................

ሻካራ/ ለስላሳ

ጉሁይ / ሕጉስ

.....................

ሐዘን/ ደስታ

ሓጺር / ነዊሕ

.....................

አጭር/ ረዥም

ቀስ / ቅልጡፍ

.....................

ዝግተኛ/ ፈጣን

ጥሉል / ንቑጽ

.....................

እርጥብ/ ደረቅ

ምዉቕ / ዝሑል

.....................

ሞቃት/ ቀዝቃዛ

ውግእ / ሰላም

.....................

ጦርነት/ ሰላም

# ቁጽርታት

## ቁጥሮች

| | | |
|---|---|---|
| 0<br>ዜሮ<br>ዜሮ | 1<br>ሓደ<br>አንድ | 2<br>ክልተ<br>ሁለት |
| 3<br>ሰለስተ<br>ሶስት | 4<br>ኣርባዕተ<br>አራት | 5<br>ሓሙሽተ<br>አምስት |
| 6<br>ሽዱሽተ<br>ስድስት | 7<br>ሸውዓተ<br>ሰባት | 8<br>ሸሞንተ<br>ስምንት |
| 9<br>ትሽዓተ<br>ዘጠኝ | 10<br>ዓሰርተ<br>አስር | 11<br>ዓሰርተ ሓደ<br>አስራ አንድ |

12

ዓሰርተ ክልተ

.................

አስራ ሁለት

13

ዓሰርተ ሰለስተ

.................

አስራ ሶስት

14

ዓሰርተ ኣርባዕተ

.................

አስራ አራት

15

ዓሰርተ ሓሙሽተ

.................

አስራ አምስት

16

ዓሰርተ ሽዱሽተ

.................

አስራ ስድስት

17

ዓሰርተ ሸውዓተ

.................

አስራ ሰባት

18

ዓሰርተ ሸሞንተ

.................

አስራ ስስምንት

19

ዓሰርተ ትሽዓተ

.................

አስራ ዘጠኝ

20

ዕስራ

.................

ሃያ

100

ሚእቲ

.................

መቶ

1.000

ሽሕ

.................

ሽህ

1.000.000

ሚልዮን

.................

ሚሊዮን

# ቋንቋታት

## ቋንቋዎች

እንግሊዝኛ

እንግሊዝኛ

ኣመሪካዊ እንግሊዛዊ

የአሜሪካ እንግሊዝኛ

ቻይናዊ ማንዳሪን

የቻይና ማንዳሪን

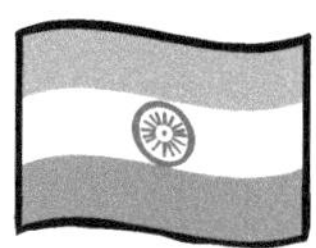

ሂንዳዊ

ሂንዱ

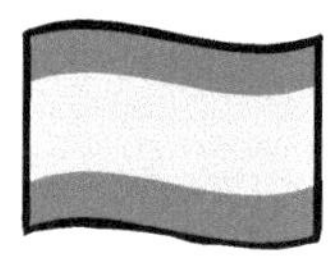

እስጳኛዊ

ስፓኒሽ

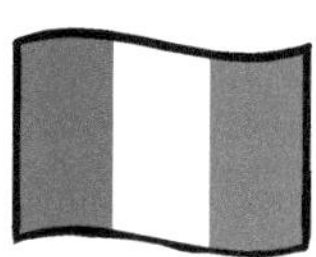

ፈረንሳዊ

ፍሬንች

ዓረባዊ

አረብኛ

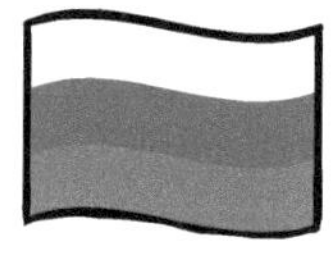

ሩሲያዊ

ራሺያኛ

ፖርቱጋላዊ

ፖርቹጊዝ

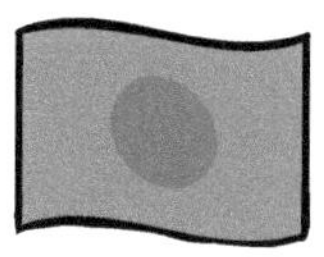

በንጋሊ

ቤንጋሊ

ጀርመናዊ

ጀርመን

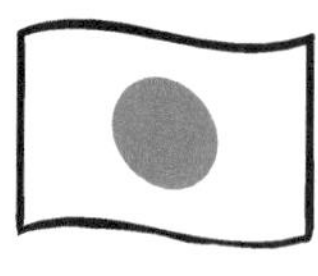

ጃፓናዊ

ጃፓንኛ

ኣነ

እኔ

ንስኻ/ኺ

አንተ

ንሱ / ንሳ / ንሱ

እሱ/ እርሷ/ እቃዉ

ንሕና

እኛ

ንስኻ

አንተ

ንሳቶም

እነርሱ

መን?

ማን?

እንታይ?

ምን?

ከመይ?

እንዴት?

ኣበይ?

የት?

መዓስ?

መቼ?

ሽም

ስም

# ኣበይ

## የት

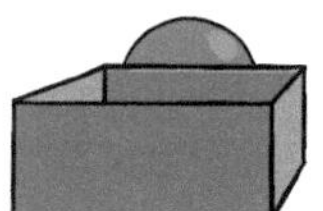

ድሕሪ

በስተጀርባ

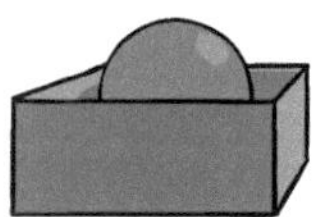

ኣብ

ዉስጥ

ኣብ ቅድሚ

ከፊት ለፊት

ኣብ ላዕሊ

ከላይ

ኣብ ልዕሊ

ላይ

ትሕቲ ምድሪ

ከስር

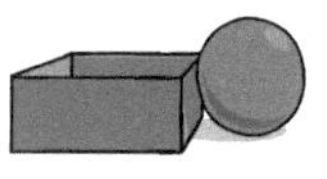

ኣብ ጥቓ

አጠገብ

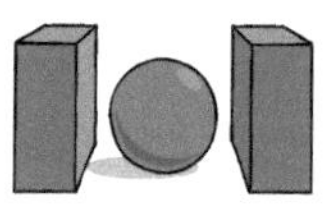

ኣብ መንጎ

መሃከል

ቦታ

ቦታ